माझी खाद्यभ्रमंती

मृणाल तुळपुळे

सकाळ प्रकाशन

सकाळ प्रकाशन

माझी खाद्यभ्रमंती

प्रथम आवृत्ती : जुलै २०१४

प्रकाशक : सकाळ पेपर्स प्रा. लि.
५९५, बुधवार पेठ, पुणे २

मुखपृष्ठ-मांडणी : प्रदीप खेतमर (आर्ट ॲडव्हर्टायझिंग)

संपर्क : पुस्तक प्रकाशन विभाग, सकाळ पेपर्स लि.,
८८८८८ ४९०५० / ०२०-२४४०५६७८
sakalprakashan@esakal.com

ISBN : 978-93-84316-10-5

माझे स्फूर्तिस्थान असलेली
माझी आई
निर्मला ओगले हीस...

खा द्य भ्र मं ती

“वेगवेगळ्या राशीच्या लोकांची वास्तू कशी असते, ह्यावर नुकताच एका मासिकात लेख आला होता. मी लगेच माझ्या धनु राशीचे पान काढून वाचायला लागले. त्यांनी म्हटले होते, की ‘धनु राशीचे लोक प्रवासात व खाण्यात आनंद घेणारे आणि आदरातिथ्य करणारे असतात. त्यांच्याकडे कायम मित्रमंडळींची ऊठ-बस असून घरात ठिकठिकाणी प्रवासांतून आणलेल्या वस्तू दिसून येतात.’ हे सगळे वर्णन मला आणि माझ्या घराला तंतोतंत लागू पडत होते.

मला प्रवासाची आणि खाण्याची अतिशय आवड आहे. जेव्हा जेव्हा संधी मिळेल, तेव्हा तेव्हा वेगवेगळी ठिकाणे शोधून मी प्रवासाला जाते. त्या प्रवासाची आठवण म्हणून काही सोव्हिनियर्स आणते आणि मग माझे घर त्या वस्तूंनी भरून जाते. खवय्येगिरी हा माझ्या प्रवासाचा अविभाज्य भाग असतो. सोव्हिनियर्सप्रमाणेच मी खाण्याच्या पदार्थांचीही भरपूर खरेदी करते. ठिकठिकाणच्या आवडलेल्या पदार्थांच्या कृती लिहून घेऊन त्यातले काही घटक आपल्याकडे मिळत नसतील तर ते विकत घेते. ते पदार्थ घरी आल्यावर करून बघायचे आणि मित्रमंडळींना खाऊ घालायचे, असा माझा उद्योग चालू असतो.

माझ्या भटकंतीत मी आजवर पन्नास देशात जाऊन आले. सगळा भारत फिरून झालाच, पण काही देशांत परत परत जाणे झाले. त्या वेळी मी जास्त करून हॉटेलमध्ये राहिले असले, तरी काही वेळा ओळखीच्या लोकांकडे राहण्याचा व युरोपमध्ये बऱ्याच ठिकाणी ‘बेड अँड ब्रेकफास्ट’ तत्त्वावर चालवल्या जाणाऱ्या गेस्ट हाऊसमध्ये राहण्याचा योग आला. क्रूझवरूनही बराच प्रवास झाला. प्रत्येक नव्या ठिकाणी नवी माणसे भेटली आणि नवनवीन गोष्टी अनुभवता आल्या. हाताशी असलेल्या वेळेचा पुरेपूर उपयोग करून घेण्याच्या वृत्तीमुळे व ठिकठिकाणची माहितीपत्रके वाचण्याच्या व त्यातील मला आवश्यक वाटलेली माहिती लिहून ठेवण्याच्या सवयीमुळे मला प्रत्येक ठिकाणी अगदी ‘हटके’ असे अनुभव घेता आले.

परदेशात गेल्यावर मी शक्यतो तेथील स्थानिक प्रवासी कंपनीच्या सहलीबरोबर हिंडणे पसंत करते. ह्याचा फायदा म्हणजे देशविदेशच्या पर्यटकांमध्ये मिसळता येते. अशा प्रवासात खूप नव्या ओळखी होतात. परदेशी सहप्रवाशांमध्ये मिसळल्यामुळे

त्यांच्या संस्कृतीचा व परंपरांचा वेध घेता येतो. सहलीच्या गाईडकडून त्या त्या देशातील चालीरीती, रूढी, खाण्याचे पदार्थ ह्याविषयी अनेक गोष्टी समजतात. अशा सहलींमध्ये जेवणासाठी व नाश्त्यासाठी वाटेत लागणाऱ्या रेस्टॉरंटमध्ये थांबवले जाते, त्या वेळी त्या देशातील खास पदार्थ खाऊन बघता येतात. बरेच वेळा तर ते आपल्या समोरच बनवले जातात. मग काय एखादा पदार्थ आवडला, की तो कसा केला आहे, हे विचारून ते मी लगेच माझ्या डायरीत लिहून ठेवते.

मोरोक्को, पोर्तुगाल,फिनलंड, इटली, इजिप्त ह्या देशांत माझे खूप फिरणे झाले व प्रत्येक ठिकाणी खूप चांगले लोक भेटले. त्या देशांत बरेच दिवस राहणे झाल्यामुळे रोजच आम्ही वेगवेगळ्या ठिकाणी जेवायला जात असू. त्यामुळे तिथल्या खाद्यसंस्कृतीचीदेखील जवळून ओळख झाली. अशा अनेक अनुभवांनंतर व निरनिराळ्या देशांतील लोकांना भेटल्यावर एक गोष्ट लक्षात आली, की जगाच्या पाठीवर कुठेही गेले, तरी सर्व स्वयंपाक हा बायकांचा अगदी जिव्हाळ्याचा विषय असतो.

जसा इटालियन पिझ्झा, जपानी सूशी, तसे प्रत्येक देशातील काही खास पदार्थ असतात. 'ते पदार्थ कोठे मिळतात' हे हॉटेलमध्ये किंवा गाईडला विचारून, मी तेथे जाऊन येते. प्रवासाला जाताना घरून खाण्याचे पदार्थ नेण्याचे व तिथे गेल्यावर भारतीय रेस्टॉरंटमध्ये जेवायला जाण्याचे मात्र मी कटाक्षाने टाळते. ज्या देशात गेलो आहोत, तिथले पदार्थ खाऊन बघायला व त्या देशाच्या खाद्यसंस्कृतीत डोकावून बघायला मला मनापासून आवडते. म्हणूनच माझे सगळे प्रवास म्हणजे नुसती भ्रमंती न राहता खाद्यभ्रमंती होऊन जातात.

ह्या सगळ्या माहितीच्या आणि स्वत: घेतलेल्या अनुभवांच्या आधारे साकारलेले अनेक लेख साप्ताहिक सकाळ, लोकसत्ता चतुरंग, महाराष्ट्र टाइम्स (पुणे टाइम्स), माहेर आदी नियतकालिकांमधून वेळोवेळी प्रसिद्ध झाले... त्यातील लेखांचा हा संग्रह म्हणजेच माझी खाद्यभ्रमंती! ”

□ मृणाल

अ नु क्र म

खा द्य सं स्कृ ती

जगाच्या पाठीवरचा प्रत्येक देश हा भिन्नभिन्न संस्कृतीने नटलेला आहे. एखाद्या देशाची संस्कृती म्हणजे काय, हे शब्दशः सांगणे तसे अवघड आहे; पण ढोबळपणे बघता त्या देशाचा इतिहास, तिथली कला, भाषा, पाकशैली अशा अनेक दृश्य व अदृश्य गोष्टींचे मिश्रण म्हणजे त्या देशाची संस्कृती, असे म्हणता येईल.

मनुष्याच्या उत्क्रांतीपासून त्याला जे वेगळेवेगळे शोध लागत गेले त्यातला मातीपासून भांडी बनवणे, हा एक महत्त्वपूर्ण शोध मानला जातो. जगाच्या कानाकोपऱ्यात वेगवेगळ्या काळात अशी मातीची भांडी बनवली गेली. त्यांच्या आकारावरून व प्रकारावरून त्या काळाची व तिथल्या संस्कृतीची माहिती मिळाली.

प्रत्येक देशाच्या संस्कृतीचा एक भाग म्हणजे तिथली खाद्यसंस्कृती. ही खाद्यसंस्कृतीदेखील त्या देशातील रूढी, परंपरा, लोकांची जीवन शैली, त्या देशाचे भौगोलिक स्थान व हवामान अशा विविध गोष्टींवरून तयार झालेली असते.

प्रत्येक देशात सकाळच्या न्याहारीपासून ते रात्रीच्या जेवणापर्यंत कोणते पदार्थ खायचे ते साधारणपणे ठरलेले असते. सणासुदीचे पदार्थ वेगळे; तर निरनिराळ्या ऋतुंतील पदार्थ वेगळे. ते कसे करायचे, कसे खायचे, केव्हा खायचे ह्याचेदेखील एक गणित असते. आपण जर वेगवेगळ्या देशांच्या खाद्यसंस्कृतीत डोकावून बघितले, तर आपल्याला त्यातील अनेक नवनवीन पैलू व खास गोष्टी समजतील.

हल्ली आपल्याकडे थाय, इटालियन, चायनीज अशी खास रेस्तराँ निघाल्यामुळे आपण तिथे त्यांचे पदार्थ खाऊन बघू शकतो. पंचतारांकित हॉटेल्समध्ये तर बहुतेक सर्व देशांतील खाद्यपदार्थ उपलब्ध असतातच. काही वेळा तिथे निरनिराळ्या देशांचे फूड फेस्टिव्हल्सदेखील आयोजित केलेले आढळतात, पण त्या त्या देशातील खास पदार्थ त्या देशात व त्या वातावरणात जाऊन खाण्याची मजा काही वेगळीच असते!

□

मातीची भांडी आणि स्वयंपाक

"युरोप, आफ्रिका व आशिया खंडांतील काही देशांत आजही स्वयंपाकासाठी मातीची भांडी वापरली जातात, मात्र प्रत्येक ठिकाणी ती तिथल्या संस्कृतीनुसार व त्यात शिजवल्या जाणाऱ्या पदार्थांनुसार निरनिराळी असतात, असे दिसून येते. जर्मनीमधले रोमन पॉट, फिलिपिन्सचे पलायोक, व्हिएटनामचे खो; तर जपानमधले डोनाबे ही त्यापैकी काही. त्यांची नावे वेगळी, त्यांचे आकार वेगळे, त्यात करायचे पदार्थ वेगळे, पण ती वापरण्यामागची शास्त्रीय वा इतर कारणे मात्र जगभरात सगळीकडे एकच आहेत.

मातीच्या भांड्यात शिजवलेले पदार्थ अतिशय स्वादिष्ट व रुचकर होतात. पदार्थ जेव्हा मातीच्या भांड्यात शिजायला ठेवला जातो, तेव्हा त्यातल्या द्रवपदार्थाचे बाष्पीभवन होते व जी वाफ तयार होते ती भांड्यांवर असलेल्या सूक्ष्म छिद्रांतून अगदी हळूहळू बाहेर पडते. भांड्यात बराच वेळ वाफ साठून राहत असल्याने पदार्थातला ओलावा व त्यातली पोषणमूल्ये टिकून रहातात. इतर पद्धतीपेक्षा मातीच्या भांड्यात पदार्थ शिजायला जरा जास्त वेळ लागतो, पण पदार्थ मंदपणे शिजत असल्याने त्याला वेगळीच चव येते."

मातीची भांडी बनवताना कोणत्या प्रकारची माती वापरली आहे, त्यावरून त्या भांड्यांचा रंग ठरतो; पण बहुतेक वेळा ती पिवळसर तपकिरी रंगाची असतात. टेराकोटाची भांडी मात्र लालसर रंगाची व गुळगुळीत असून दिसायलाही जास्त सुबक असतात. काही वेळा ही भांडी भाजल्यावर त्यांचा रंग बदलतो. चीनमध्ये मातीची भांडी सर्रास वापरली जातात. तिथे शाडूसारखी पांढरी माती मिळते व त्यापासून बनवलेली भांडी आपण चिनी मातीची भांडी म्हणूनच ओळखतो. हल्ली मातीच्या भांड्यांना काचेसारखा चकचकीत मुलामा म्हणजेच झिलई दिली जाते. हीच आज बहुतेक ठिकाणी दिसणारी 'ग्लेझ्ड क्ले पॉट्स '.

मातीची भांडी वापरताना खालील गोष्टी कटाक्षाने पाळाव्या :

मातीची भांडी पडली तर फुटतात. त्यामुळे ती अगदी जपून हाताळावी लागतात. बाजारातून नवे भांडे आणले, की लगेच जाळावर ठेवले, असे करून चालत नाही. सर्वप्रथम ते आठ तास तरी पाण्यात भिजवून ठेवावे लागते. नंतर त्यात दोन चार वेळा पाणी उकळून घ्यावे लागते. असे केल्यावर ते भांडे वापरास योग्य असे होते. अशा प्रकारे तयार झालेल्या भांड्यात शिजवण्याचे पदार्थ घालून मगच ते जाळावर ठेवले जाते. रिकामे भांडे जाळावर ठेवल्यास ते तडकण्याची भीती असते, म्हणूनच भांड्याखाली प्रथम मंद आच ठेवून नंतर ती आच हळूहळू वाढवावी लागते. ही भांडी भट्टीत ठेवायची झाल्याससुद्धा गार भट्टीत ठेवून मगच भट्टी तापायला ठेवायची. इतर भांड्यांत पदार्थ करताना मात्र भट्टी आधीपासून तापवून घ्यावी लागते. जाळावरून अथवा भट्टीतून उतरवलेले गरम मातीचे भांडे ओलसर पृष्ठभागावर न ठेवता ते लाकूड किंवा मॅटवर ठेवायला लागते. एकदम थंड पदार्थाशी संपर्क आला, तर त्या भांड्याला तडा जायची भीती असते. ही सगळी काळजी घेतली, तर मातीची भांडी कित्येक वर्षे टिकू शकतात. ही भांडी शक्यतो मिठाने घासली जातात. कारण भांड्याच्या छिद्रात साबण शोषला जाऊन त्याची चव पदार्थात उतरण्याची शक्यता असते.

मातीच्या भांड्यांवर पदार्थातील क्षार, ॲसिड, आंबटपणा अशा घटकांचा परिणाम होत नाही. पण तांबे, पितळ, स्टेनलेस स्टील यांसारख्या धातूंवर त्यांचा परिणाम होतो. म्हणूनच इतर धातूंच्या भांड्यात पदार्थ शिजवण्यापेक्षा मातीची भांडी सरस ठरतात. मातीची भांडी मंद उष्णतावाहक असल्याने त्यात शिजवलेला पदार्थ खूप वेळ गरम राहू शकतो. ह्या भांड्यांत स्वयंपाक करण्याचा मोठा फायदा म्हणजे त्यात अगदी कमी प्रमाणात तेल लागते. क्वचित तेलाशिवायसुद्धा पदार्थ शिजवता येतो. आपल्या प्रकृतीविषयी जागरूक असणारे लोक हल्ली पिदार्थ शिजवण्यासाठी, दही विरजण्यासाठी वा पाणी पिण्यासाठी मातीची भांडी वापरताना दिसून येतात.

महाराष्ट्रात शेतावर केला जाणारा अस्सल गावरान मटन रस्सा हा खरे तर मातीच्या भांड्यात करायचा पदार्थ आहे. मातीच्या चुलीवर मातीच्या भांड्यात शिजवलेल्या ह्या रश्श्याची चव काय असते, ते खवय्यांनाच माहीत! त्याबरोबर गरमागरम भाकरी व कांदा पाहिजेच.

तंदूर भट्टी :

आपल्याला माहीत असलेली तंदूर भट्टी हे मातीच्या भांड्याचे आपल्या समोर असलेले उत्तम उदाहरण आहे. तंदूरचा आकार काहीसा मोठ्या रांजणासारखा असतो. ते साधारणपणे तीन ते चार फूट उंचीचे असून, त्याचे झाकण त्याच्या निमुळत्या तोंडावर बसणारे असते. बऱ्याच वेळा हे रांजण जमिनीत पुरलेले असतात. जमिनीवर ठेवले असले तर त्याभोवती विटांचे बांधकाम केलेले असते. ही झाली तयार तंदूर भट्टी. पदार्थ करायच्या वेळी रांजणाच्या तळात निखारे घातले जातात. रांजण मातीचे असल्याने त्याच्या कडा सगळीकडून एकसारख्या तापतात व त्यावर थापलेल्या नान व रोट्या खालून वरून खरपूस भाजल्या जातात.

तंदूरमध्ये जेव्हा चिकन अथवा वेगवेगळ्या प्रकारचे कबाब केले जातात, तेव्हा ते धातूच्या सळईत ओवून मगच तंदूर भट्टीत ठेवले जातात. वरती झाकण ठेवले, की सर्व उष्णता आतल्या आत पकडली जाते व ते पदार्थ कोरड्या आचेवर भाजले जातात. मातीच्या तंदूर भट्टीत पदार्थांना सगळ्या बाजूंनी एकसारखी धग लागते व पदार्थ ओलसर राहून लुसलुशीत होतो, हे त्याचे वैशिष्ट्य आहे. तंदूरमध्ये भाजलेल्या पदार्थांना जी चव येते, ती इतर कोणत्याही प्रकारे भाजलेल्या पदार्थांना येत नाही. ह्याचे मुख्य कारण म्हणजे पदार्थ भाजण्याचे मातीचे भांडे, कोळशापासून मिळणारी भरपूर उष्णता व पदार्थ मुरवण्यासाठी वापरलेले अन्नघटक.

तंदूर भट्टीचे मूळ पंजाबमधले मानले जाते. ह्यात रांजणाभोवती सुरक्षिततेसाठी

फिलिपिन्सचे पलायोक

बांधकाम करतात. त्यामुळे साहजिकच त्याची किंमतही नेहमीच्या मातीच्या भांड्यापेक्षा बरीच जास्त होते. आकार मोठा असल्यामुळे प्रत्येक वेळी बरेच कोळसे वापरावे लागतात. त्यामुळेच मातीच्या भांड्याचा हा प्रकार घरी वापरण्यास योग्य नाही. पंजाबमधील लहान गावात आजही अनेक कुटुंबे एकच तंदूर भट्टी वापरताना दिसून येतात.

स्पेनमध्ये वापरले जाणारे 'कॅझुएला' हे टेराकोटाचे भांडे चपटे व गोल आकाराचे असते. साधारण चार इंच उंचीचे हे भांडे काहीसे आपल्याकडच्या लंगड्या भांड्यासारखे दिसते. चीनमध्ये वापरले जाणारे 'बीन पॉट' म्हणजे आखूड दांडा असलेले चपटे भांडे. हे भांडे टेबलवर शेगडी पेटवून त्यावर ठेवायची पद्धत आहे. भरपूर भाज्या, बीन्स व मीट घातलेले त्यातले गरमागरम सूप अथवा एखादा रस्सेदार पदार्थ भाताबरोबर खाल्ला जातो. आफ्रिकेत केला जाणारा 'हंटर्स पॉट' हा पदार्थदेखील मातीच्या भांड्यातच शिजवला जातो. स्वयंपाकासाठी अशीच वेगवेगळ्या आकाराची मातीची भांडी इतर अनेक देशांत वापरली जातात.

□

आफ्रिकन खानाखजाना

" मातीच्या भांड्यात शिजवला जाणारा 'हंटर्स पॉट' हा खास दक्षिण आफ्रिकन पदार्थ कसा करतात, ह्याचे प्रात्यक्षिक त्याच देशात बघता आले. त्याची कहाणी अशी, की पर्यटकांनी अंधार पडल्यावर शक्यतो बाहेर फिरू नये, असे तिथल्या बऱ्याच ठिकाणी सांगितले जाते. मग हॉटेलमध्ये राहणाऱ्या लोकांसाठी तिथे संध्याकाळी काही ना काही कार्यक्रम आयोजित केलेले असतात. माझ्या जोहान्सबर्गच्या वास्तव्यात मला त्याचा पडताळा आला.

नेल्सन मंडेला चौकातील ज्या हॉटेलमध्ये मी राहिले होते, त्या हॉटेलच्या लॉबीमध्ये त्या आठवड्यात घेण्यात येणाऱ्या कार्यक्रमांबद्दलची माहिती व त्यांच्या वेळा लिहिलेल्या होत्या. ते वाचून दक्षिण आफ्रिकेतील वन्यजीवन, शहामृग पार्क, सनसिटी, सोन्याच्या खाणी ह्यावरील फिल्म्स तर मी बघितल्याच, पण त्याचबरोबर दक्षिण आफ्रिकन खाद्यपदार्थांचे प्रात्यक्षिक व इथिओपियन कॉफी समारंभ हे दोन मस्त कार्यक्रम मला बघता आले. पदार्थांचे प्रात्यक्षिक दाखवणाऱ्या शेफनी दक्षिण आफ्रिकेच्या खाद्यसंस्कृतीबद्दल खूप माहिती सांगितली व त्यातले काही खास पदार्थ कसे करायचे ते दाखवले. "

परदेशी खाद्यसंस्कृतीमध्ये दक्षिण आफ्रिकाही आपले वेगळेपण टिकवून आहे. मूळ पदार्थात जगभरातल्या खाद्यपदार्थांच्या विविध खासियती मिसळून त्यातून लाजवाब अशी दक्षिण आफ्रिकन खाद्यसंस्कृती म्हणजेच 'रेनबो क्विझीन' बनली आहे. इंद्रधनुष्य जसे सात रंगांचे मिळून बनले आहे, त्याप्रमाणे ही खाद्यसंस्कृती अनेक देशांच्या खाद्यपदार्थांच्या मिश्रणातून बनली आहे. म्हणूनच त्याला 'रेनबो क्विझीन' म्हणतात. मुळात दक्षिण आफ्रिका हा देश अनेक टोळ्यांचा, अनेक वंशांच्या लोकांचा व अनेक स्थलांतरितांचा देश आहे. इथल्या मूळच्या लोकांनी व बाहेरून आलेल्या लोकांनी एकमेकांची खाद्यसंस्कृती थोडे फार बदल करून स्वीकारली आहे. त्यामुळे

दक्षिण आफ्रिकन पदार्थांत विविध खाद्यसंस्कृतींचे सुरेख मिश्रण बघायला मिळते. ह्याची प्रचिती हॉटेलच्या मेन्यूकार्डवरील 'चिकन करी वुईथ नूडल्स ' ह्या पदार्थावरून आली.

दक्षिण आफ्रिकन लोकांनी मलेशियातील मसालेदार पदार्थांचा तिखटपणा कमी करण्यासाठी त्यात जर्दाळू व बदामाचा वापर केला. भारतीयांकडून ताजा मसाला वाटण्याची पद्धत उचलली. इंडोनेशियातली आंबट-गोड चव, पोर्तुगालमधील झणझणीत तिखट चव आणि युरोपमधली बिन मसाल्याची सपक चव आपलीशी केली. त्यांनी इतर देशांतील पदार्थांचे आपल्या मूळ पदार्थात इतके बेमालूमपणे मिश्रण केले, की त्यातून अप्रतिम अशी दक्षिण आफ्रिकन खाद्यसंस्कृती तयार झाली. तर अशा ह्या रेनबो क्विझीनमधील शेफनी शिकवलेले हे आगळ्यावेगळ्या चवीचे पदार्थ सर्वांनाच आवडतील असे आहेत.

□

लाल भोपळ्याचे सूप :

साहित्य : १ कप भोपळ्याचे तुकडे, ४ कप भाज्यांचा स्टॉक, अर्धा चमचा जिरे पावडर, अर्धा कप दूध, मीठ व मिरपूड चवीप्रमाणे.

कृती : भोपळ्याचे तुकडे भाज्यांच्या स्टॉकमध्ये शिजवून घ्यावेत. शिजल्यावर मिक्सरमध्ये वाटून गाळण्यावर गाळून घ्यावे. त्यात जिरे पावडर, मीठ व मिरपूड घालून गरम करावे. सर्व्ह करताना त्यात गरम दूध घालावे. ह्या सूपला अतिशय सुंदर रंग येतो.

□

बोबोती :

साहित्य : पाऊण किलो खिमा, २ कांदे, १ टी-स्पून जिरे पावडर, १ टी-स्पून धने पावडर, १ कप दूध, २ अंडी, ३ स्लाईस ब्रेड, १ टेबल-स्पून लोणी, मूठभर बेदाणे आणि चवीप्रमाणे मीठ व तिखट.

कृती : थोड्या लोण्यावर कांदा परतून घ्यावा. त्यात धने जिरे

पावडर, मीठ, तिखट, बेदाणे व खिमा घालावा. लागेल तसे पाणी घालून शिजवावे. शिजलेला खिमा परतून कोरडा करून घ्यावा. बेकिंग डिशला लोणी लावून त्यात खिम्याचे मिश्रण घालावे. अंडी फोडून त्यात दूध व मीठ घालून फेटावे. ब्रेडच्या स्लाईसचा भुगा करून तो अंड्याच्या मिश्रणात घालावा. हे मिश्रण खिम्यावर ओतून अर्धा तास बेक करावे.

अळूच्या पानातला मासा :

साहित्य : कोणत्याही माशाचे दोन मोठे तुकडे, २ अळूची पाने, १ कप मीठ व हळद घालून शिजवलेला भात, १ टेबल-स्पून खोबरे, ४ हिरव्या मिरच्या, ६ पाकळ्या लसूण, लिंबाचा रस व मीठ.

कृती : खोबरे, मिरच्या, लसूण व मीठ बारीक वाटून माशाच्या तुकड्यांना लावून ठेवावे. अळूच्या पानाला आतल्या बाजूला लिंबू व मीठ लावावे. पानाच्या मधोमध निम्मा भात पसरावा व त्यावर मसाल्यात मुरवलेला मासा ठेवावा. पानाच्या पुड्या करून किंवा दोऱ्याने बांधून त्या तव्यावर तेल सोडून दोन्ही बाजूंनी परताव्यात. शक्यतो झाकण घालून मंद आचेवर परताव्यात. जराशा वेगळ्या प्रकारचा आणि चवीचा हा पदार्थ अळूच्या पानासकट खायचा असतो.

□

सफरचंदाची चटणी :

साहित्य : १ सफरचंद, प्रत्येकी अर्धा कप बेदाणे, जर्दाळू व साखर. १ चमचा लाल तिखट, अर्धा चमचा दालचिनी पावडर, चवीला मीठ.

कृती : सफरचंदाच्या बारीक फोडी कराव्यात. त्यात बेदाणे, जर्दाळूचे तुकडे, साखर, दालचिनी पावडर, तिखट व मीठ मिसळावे. जाड बुडाच्या भांड्यात १ कप पाणी घालावे व त्यात सफरचंदाचे मिश्रण घालून शिजवावे.

□

दक्षिण आफ्रिकेत कोळशावर भाजलेल्या पदार्थांना 'ब्राई' म्हणतात. भाजलेल्या मीटबरोबर रताळी, बटाटे, तसेच अननस व पपनसाच्या फोडी देण्याची तिथे पद्धत आहे. काहीशा बारबेक्यूसारख्याच ह्या प्रकारात मीटला लावायची मॅरिनेशन्स मात्र वेगवेगळ्या प्रकारची असतात. ही वाटणे जरा वेगळे पदार्थ म्हणजे तीळ, शेंगदाणे, मेथी वापरून केलेली असतात. ही वाटणे मीटला लावून किमान पाच ते सहा तास तरी

मुरत ठेवतात. कोळशावर भाजलेले असे वेगळ्या मॅरिनेशनमधले मीट एकदम मस्त!

ब्राईची वाटणे :

१. बारीक चिरलेला १ मोठा कांदा, ६ पाकळ्या लसूण, १ टी-स्पून मेथी, १ टी-स्पून जिरे, मीठ व तिखट. सर्व पदार्थ एकत्र करून बारीक वाटावेत.

२. भाजून साल काढलेले शेंगदाणे १ कप, १० पाकळ्या लसूण, १ टी-स्पून तीळ, ४ सुक्या मिरच्या व मीठ बारीक वाटावे व त्यात एका लिंबाचा रस मिसळावा.

३. मोहरी २ टेबल-स्पून, ६ लसूण पाकळ्या, इंचभर आल्याचा तुकडा व मीठ. मोहरी गरम करून त्याची निघेल तेवढी साल काढावी. थोडे पाणी घालून सर्व पदार्थ बारीक वाटावेत. वाटताना मोहरीचा वास नाकात गेला पाहिजे, तरच त्याची लज्जत वाढेल. प्रात्यक्षिक दाखवताना दिली गेलेली ही शेफची सूचना.

□

हंटर्स पॉट :

आफ्रिकेतील जंगलात रहाणारे लोक मिळालेली शिकार तिथल्याच कंदमुळे व पाल्याबरोबर शिजवून खात असत. आजूबाजूची लाकडे गोळा करून त्यावर मातीच्या भांड्यात हा पदार्थ शिजवत असत. तयार झालेला हा पदार्थ आजही हंटर्स पॉट ह्या नावानेच प्रसिद्ध आहे.

साहित्य : १ चिकन - ६ ते ८ तुकडे, २ बटाटे, २ कांदे व १ शलगम. १ जुडी बारीक चिरलेले पालक, ४ लसूण पाकळ्या, ४ लाल मिरच्या, ४ लवंगा, ८ मिरे, १ इंच दालचिनी जाडसर कुटून.

कृती : प्रथम तिवईखाली लाकडे पेटवून त्यावर ६-७ कप पाणी घातलेले मातीचे भांडे ठेवावे. त्या पाण्यात लसूण पाकळ्या, मीठ, मिरच्या व मसाले टाकावे. चांगली उकळी आली, की चिकनचे तुकडे, भाज्या व चिरलेला पालक टाकायचा आणि झाकण लावून मंद आचेवर ते शिजवावे. मधून मधून मोठ्या डावाने हलवावे. साधारणपणे पाऊण तासाने अंगाबरोबर रस असलेला हंटर्स पॉट तयार होतो. त्याबरोबर ब्रेड अथवा भात खाण्याची पद्धत नाही.

□

टॅजिन आणि कुसकुस

"मोरोक्कोबद्दल, कासाब्लांकाबद्दल आणि मोरक्कन खाद्यपदार्थांबद्दल मी खूप वाचले होते. त्यामुळे तिथे गेल्यावर तो देश हिंडून बघायची व तिथले वेगवेगळे पदार्थ खाऊन बघायची मला खूपच उत्सुकता होती. 'बोल्ड अँड ब्युटिफूल' ह्या सोप ऑपेरामध्ये कबीर बेदीने मोरक्कन राजपुत्राची भूमिका केली आहे. त्यात कासाब्लांकाची झलक बघायला मिळाली होती. समुद्रकाठचे आमचे हॉटेल व त्याच्या आजूबाजूला असलेल्या असंख्य बेकरीज, कॅफेज, रेस्टॉरंट्स व हॉलिडे रिसॉर्ट्स बघितली आणि कासाब्लांका म्हणजे जणू काही दुसरे पॅरिसच आहे, असे वाटले.

मोरोक्कोमध्ये आजही मातीच्या भांड्यात स्वयंपाक करण्याची पद्धत आहे. पदार्थ शिजवण्यासाठी वापरल्या जाणाऱ्या टेराकोटा किंवा चिनी मातीच्या विशिष्ट आकाराच्या ह्या भाड्याला टॅजिन म्हणतात. त्याचा खालचा भाग म्हणजे एक खोलगट बशी व वरचा भाग म्हणजे त्यावरचे कोनाकृती निमुळते झाकण असते.

मोरोक्कोची अनेक शतके जुनी खाद्यसंस्कृती आपल्याला जरी नवी असली, तरी तिथले खाद्यपदार्थ युरोप आणि अमेरिकेत खूपच लोकप्रिय आहेत. मोरोक्कोमध्ये खाल्लेले कुसकुस, टॅजिनमधील एकाहून एक लज्जतदार पदार्थ यांमुळे आमची मोरोक्कोची ट्रीप म्हणजे भरपूर भटकणं आणि भरपूर खाणं अशी झाली. तेथील निरनिराळे स्वादिष्ट पदार्थ खाऊन रसना अगदी तृप्त झाली. कासाब्लांका, मराकेश, महमदिया, रबात आणि सैल ह्या गावांत खूप ओळखी झाल्या. त्या सर्वांनी आम्हाला आवर्जून आपल्या घरी जेवायला बोलावले व आमचा उत्तम पाहुणचार केला. तिथे मोरक्कन आदरातिथ्याचा अनुभव घेता आला."

पहिल्या दिवशी हॉटेलमध्ये रात्रीच्या जेवणाचा बुफे लावला होता. त्यातले बहुतेक पदार्थ सुंदर नक्षीकाम केलेल्या टॅजिनमध्ये ठेवलेले होते. मसाल्यात मुरवलेले चिकन, मासे वा भाज्या टॅजिनच्या बशीत रचून ठेवतात व त्यावर झाकण ठेऊन ते थेट भट्टीत किंवा गॅसवर ठेवले जाते. झाकण घट्ट बसत असल्याने पदार्थाचा ओलावा व मसाल्याचा वास आतल्या आत राहतो. पदार्थ मंद आचेवर शिजल्याामुळे त्याला एक वेगळीच चव मिळते. पदार्थ तयार झाल्यावर ते टॅजिन तसेच टेबलवर आणून ठेवले जाते. ह्या भांड्यात बनवलेल्या पदार्थालाही टॅजिनच म्हणतात. टॅजिन व कुसकुस हे मोरोक्कोचे राष्ट्रीय पदार्थ आहेत.

कुसकुस म्हणजे गव्हाच्या रव्यापासून बनवलेला पास्ता. तो आपल्या वऱ्याच्या तांदळासारखा दिसतो. पारंपरिक पद्धतीनुसार हे कुसकुस सात भाज्या वापरून केले जाते. ह्या सात भाज्या म्हणजे कांदा, बटाटा, वांगे, गाजर, टोमॅटो, लाल भोपळा आणि झुकिनी. चिकन अथवा फिशच्या पदार्थातही कुसकुस वापरले जाते. भाज्या वा चिकनचे मसाले वापरून रस्सा बनवतात. मीठ आणि तेल घालून शिजवलेले कुसकुस टॅजिनमध्ये घालतात व त्यावर तो रस्सा घालून टॅजिन गॅसवर ठेवतात. बहुतेक घरांतून रोजच्या जेवणात निरनिराळ्या प्रकारे बनवलेले कुसकुस असतेच.

मोरक्कन खाद्यसंस्कृतीवर मेडिटेरेनियन, अरब, ज्यू, बर्बर, आफ्रिकन, मध्यपूर्व देश व फ्रेंच पदार्थांचा चांगलाच पगडा आहे. बर्बर हे मोरोक्कोतले मूळचे रहिवासी. ते तिथे पिकणारे खजूर, जर्दाळू व ऑलिव्ह्ज वापरून मटण अथवा चिकनचे स्ट्यू बनवत असत. त्यानंतर अरबांनी ब्रेड, मसाले व धान्यापासून बनवलेले पदार्थ आणले. फ्रेंच लोकांनी द्राक्षे व संत्री लागवड केली, तर इंग्रजांनी ग्रील व बार्बेक्यू मीटची ओळख करून दिली. ह्या सगळ्यांचे सुरेख मिश्रण आज मोरक्कन खाद्यसंस्कृतीत बघायला मिळते. ह्यामुळेच प्रत्येक मोरक्कन पदार्थ अगदी खास चवीचा असतो.

अत्यंत सुपीक जमीन व उत्तम हवामान ह्यामुळे मोरोक्कोमध्ये उत्तम प्रतीची फळे व भाज्यांची निर्मिती होते. जोडीने ऑलिव्हज, खजूर, जर्दाळू, लिंबे, कलिंगडे, बटाटे ही स्थानिक पिके आहेतच. बहुतेक सगळे मोरक्कन पदार्थ ऑलिव्हच्या तेलात करतात. अर्गन म्हणजे ऑलिव्ह ऑईलचाच एक प्रकार आहे व ते फक्त मोरोक्कोमध्येच वापरले जाते, असे म्हणतात. नैसर्गिक पदार्थांचा पुरेपूर वापर करून

पदार्थ बनवले जात असल्याने ते अतिशय पौष्टिक आणि उत्तम चवीचे असतात.

पदार्थात मसाल्यांचा भरपूर वापर केला जातो. खरा मोरक्कन मसाला म्हणजे पस्तीस प्रकारच्या मसाल्यांची पूड असते. मला वाटते, पृथ्वीतलावर जे जे मसाल्याचे पदार्थ आहेत, ते सगळे ह्याच्यात असतात. मोरोक्कोला येणारा प्रत्येकजण हा मसाला विकत घेतोच. कासाब्लांकामध्ये सुकामेवा व मसाल्यांचा वेगळा बाजार आहे, तो बघायला गेलो. तिथे जर्दाळू, बदाम, पिस्ते, खजूर पोत्यातूनच विकायला ठेवले होते. मसाल्याचे पदार्थ व त्यांच्या पुडी ह्यांचे तर अक्षरश: ढीग लावलेले होते. सर्वत्र मसाल्याचा घमघमाट सुटला होता आणि मोरक्कन विक्रेते आपल्या मोडक्यातोडक्या इंग्रजीमध्ये आपल्या दुकानात येण्याचा आग्रह करत होते. मसाले हातावर घेऊन त्याचा वास घेऊन मगच त्याची खरेदी केली जात होती.

बहुतेक घरातून सकाळच्या न्याहरीला बीटाचा रस, द्राक्षाचा रस, खजूर व बदाम ाचा मिल्कशेक, पॅनकेक्स असे पदार्थ असतात. जोडीला अंडी अथवा भाज्या घातलेले कुसकुस किंवा फावा बीन्स वापरून केलेला स्ट्यू असतो. स्ट्यूबरोबर खाण्यासाठी दोन प्रकारचे तरी ब्रेड असतातच. जेवणाच्या टेबलवर ऑलिव्हज व हरिसा हे दोन पदार्थ पाहिजेतच. हरिसा म्हणजे लाल मिरच्या, लसूण, जिरेपूड, मीठ व ऑलिव्हचे तेल एकत्र करून वाटलेली झणझणीत अशी चटणी असते.

मोरक्कन चहा

पुदिना घातलेला चहा आणि अरेबिक कॉफी ह्या दोन पेयांनी म ेारोक्कोचे राष्ट्रीय पेय म्हणून मान्यता मिळवली आहे. खूप साखर व पुदिना घातलेला गोडमिट्ट चहा हे लोक दिवसाच्या कोणत्याही वेळी पितात. कॅफेमध्येसुद्धा कॉफीपेक्षा असा चहा पिणारेच जास्त. इथली कॉफीदेखील खूप स्ट्राँग व गोड असते. त्यात दूध नसते, पण बरेच वेळा दालचिनी, मिरे असे मसाले घातलेले असतात. त्यामुळे कॉफीला एक वेगळीच चव येते. कॉफीबरोबर खजूर देण्याची इथे पूर्वापार पद्धत आहे.

आज कासाब्लांकामध्ये खास मोरक्कन पदार्थ मिळणारी रेस्टॉरंटस

आहेतच, पण त्या जोडीने इतर देशांतील पदार्थ मिळण्याचीही ठिकाणे आहेत. तिथली 'महाराजा' आणि 'चिकन टिक्का' ही भारतीय रेस्टॉरंट्स अतिशय लोकप्रिय आहेत. रस्त्याच्या बाजूला असंख्य कॅफेज व स्नॅक्स आणि फ्रूट ज्यूसची लहान लहान दुकाने आहेत. तिथे मिळणारे पदार्थसुद्धा अतिशय हेल्दी असतात. त्यात प्रामुख्याने निरनिराळे कबाब, सूप्स व सॅलडचा सामावेश असतो.

अशाच एके ठिकाणचा मला आवडलेला पदार्थ म्हणजे कबाब रोल. तिथल्या माणसाने आमच्या समोरच रोटी व कबाब भाजले. रोटीवर सॅलड पसरून गरम कबाब ठेवले व चमचाभर ऑलिव्ह ऑईल टाकून त्या रोटीची गुंडाळी केली. हा रोल एवढा मोठा होता, की मला एकटीला काही संपवता आला नाही. इथली दुसरी एक गोष्ट लक्षात आली ती म्हणजे बहुतेक सर्व बेकरीजच्या बाहेर टेबल टाकलेले होते व लोक तिथे बसून बेकरीत तयार झालेल्या गरमागरम पॅटीस, पफ्स, केक्स, डोनट्स अशा पदार्थांचा व त्याबरोबर कॉफीचा आस्वाद घेत होते. ह्या बेकरीत खजूर व बदामाचे रोल्स आणि खजुराची बिस्किटे हे पदार्थ जरा वेगळे वाटले.

हरीरा व बस्तीला हेही मोरोक्कोचे खास पदार्थ. हरीरा म्हणजे मसूर डाळ, टॉमॅटो, कुसकुस, भाज्या व कडधान्ये वापरून केलेले सूप. खरे तर हे सूप म्हणजे एका पदार्थात जेवण असा प्रकार असतो व ते रमझानचा उपवास सोडायच्या वेळी पितात. वर्का म्हणजे मैद्याच्या अगदी पातळ पोळ्या. वर्कावर तूप लावून त्या एकावर एक ठेवतात, त्यात गोड सारण किंवा खिमा चिकन असे भरून ते भट्टीत भाजतात. अशा प्रकारे तयार झालेला बस्तिला आपल्याकडील चिकन पॅटिससारखा लागतो.

बहुतेक सर्व मोरक्कन पदार्थ बनवताना त्यात निरनिराळ्या प्रकारच्या मिरच्या, हिरवे व काळे ऑलिव्हज, लसूण व मिठात मुरवलेली लिंबे वापरली जातात. त्यांचे सगळेच पदार्थ वेगळ्या चवीचे आणि अतिशय स्वादिष्ट असतात. फळे, भाज्या, सुका मेवा, चिकन वा मासे ह्यांची अनोखी कॉंबिनेशन्स करून बनवलेली सॅलड्स, स्ट्यू आणि टॅजिन्स म्हणजे मोरोक्कोची खासियत.

मोरक्कन स्वयंपाक खूप किचकट व वेळखाऊ असतो, पण तरीही सर्व स्तरांतील गृहिणी स्वत:च्या हाताने स्वयंपाक करताना दिसतात. पाहुणे आले असताना तर त्या जातीने लक्ष घालून अगदी ब्रेडसह सर्व पदार्थ घरी बनवतात. त्यांच्या रोजच्या जेवणात दोन प्रकारची सॅलड्स, ब्रेड, कबाब, टॅजिन आणि कुसकुसचा एक पदार्थ हे लागतेच. त्यानंतर दोन तरी गोड पदार्थ असतात. तयार जेवण एका बसक्या टेबलावर मांडतात. त्याभोवती भरतकाम केलेल्या उश्या असतात किंवा लहान गालिच्यांवर बसून हे लोक आपल्यासारखेच हाताने जेवतात.

□

मोरक्कन पाककृती

" मोरोक्कोतील सुमाया, हीना व स्टेला ह्यांनी केलेला पाहुणचार आणि कासाब्लांकाचे सौंदर्य ह्याचा मी अगदी मनापासून आस्वाद घेतला. प्रत्येकीकडचे जेवण म्हणजे मेजवानीच असायची. जेवणात खूप वेगवेगळे पदार्थ असत व ते सगळे त्यांनी स्वत: घरी केलेले असायचे. सगळ्यांकडे कुसकुसचा एक पदार्थ व टॅजिन असायचेच. काहीशा वेगळ्या चवीच्या आणि मला आवडलेल्या ह्या पदार्थांच्या रेसिपीज मी त्यांच्याकडून लिहून आणल्या. त्यातले काही पदार्थ करायला जरा किचकट आहेत; तर काही अगदी सोपे आहेत. संत्र्याचे सॅलड, खसखस लावलेल्या खरबूजाच्या फोडी, हरीरा, चिकन टॅजिन हे पदार्थ तर अगदी अफलातून चवीचे आहेत. खिमा कबाब आणि तीळ लावलेली वांगी म्हणजे तर काही विचारायलाच नको.

असे हे एकाहून एक खास मोरक्कन पदार्थ शिकताना त्यात वापरले जाणारे कुसकुस, मुरवलेली लिंबे व ऑलिव्हज, हरीरा, हरीसा, वर्का, टॅजिन अशा वेगवेगळ्या पदार्थांची माहितीही मिळाली. "

हरीसा

टपोऱ्या आकाराच्या वीस-पंचवीस लाल मिरच्या थोडा वेळ गरम पाण्यात ठेवायच्या. कोरड्या केलेल्या मिरच्या, २० लसूण पाकळ्या, मीठ, अर्धा चमचा जिरे पूड व अर्धा चमचा सुंठपूड घालून बारीक वाटायच्या. त्यात ५ टी-स्पून ऑलिव्हचे तेल घालून कालवायचे व बरणीत भरून फ्रीजमध्ये ठेवायचे.

□

खारवलेली लिंबे व ऑलिव्हज :

लिंबांना चिरा पाडून त्यात मीठ भरावे व ती लिंबे एका बरणीमध्ये दाबून दाबून

ठेवावीत. घट्ट झाकण लावून बरणी मोकळ्या हवेत ठेवावीत. साधारण १५ दिवसांनी ही लिंबे वापरण्यासाठी तयार होतात. ह्याच प्रकारे ऑलिव्हज पण मुरवावे.

□

हरीरा :

साहित्य : १कप बोनलेस चिकन, १ कप मसूर डाळ, अर्धा कप उकडलेले छोले, २ मोठे चमचे उकडलेले कुसकुस, २ कांदे बारीक चिरून, ४ टोमॅटोचा रस, २ मोठे चमचे लोणी, प्रत्येकी अर्धा चमचा सुंठ, दालचिनी पूड, मिरी पूड, पाप्रिका आणि हळद. चवीसाठी मीठ व लिंबाचा रस.

कृती : एका मोठ्या भांड्यात लोणी घालून त्यावर कांदा व चिकन परतून घ्यावे. त्यात सर्व मसाले, मीठ, मसूर डाळ व टोमॅटोचा रस घालावा. लागेल तसे पाणी घालून ३० ते ४० मिनीटे मंदाग्नीवर उकळावे. उकडलेले छोले खलबत्त्यात जरासे ठेचून घ्यावेत. चिकन व डाळ शिजल्यावर त्यात ठेचलेले छोले व कुसकुस घालून परत एकदा चांगली उकळी आणावी. आपल्याला हवे त्याप्रमाणे पाणी घालून पातळ करावे. सर्व्ह करताना पार्सली व लिंबाचा रस घालावा.

□

मोरक्कन कबाब :

साहित्य : अर्धा किलो मटण खिमा, १ कप उकडलेले छोले, ४ लसूण पाकळ्या, प्रत्येकी अर्धा टी स्पून हळद, लाल तिखट, सुंठपूड व जिरेपूड. चवीला मीठ व लागेल त्याप्रमाणे ऑलिव्ह ऑईल.

कृती : पार्सली व मीठ घालून उकडलेले छोले बारीक वाटून घ्यावेत. खिम्यामध्ये सर्व मसाले घालून तो शिजवून घ्यावा. खिमा कोरडा झाल्यावर त्यात वाटलेले छोले घालून चांगले मळून घ्यावे. हाताला तेल लावून त्याचे गोळे करावेत. हे गोळे किंचित चपटे करून भट्टीत भाजावेत किंवा तव्यावर तेल सोडून त्यावर भाजावेत.

तीळ लावलेली वांगी :

कृती : एका मोठ्या वांग्याचे चौकोनी तुकडे करून ते लालसर होईपर्यंत तळून घ्यावेत. कढईत ऑलिव्ह तेल घालून त्यावर ४/५ ठेचलेल्या लसूण पाकळ्या, २ लाल मिरच्या व १ मोठा चमचा तीळ परतावेत. त्यावर तळलेली वांगी घालावीत. चवीला मीठ घालावे. बारीक चिरलेला पुदिना घालून कबाब बरोबर सर्व्ह करावी.

□

रोस्ट चिकन / मटण :

चिकन किंवा मटणाचे मोठे तुकडे करून घ्यावेत. त्याला मीठ व लिंबाचा रस चोळावा. नंतर लागेल त्याप्रमाणे हरीसा लावून ४ ते ५ तास मुरत ठेवावेत. सळईला लावून कोळशावर भाजावेत. उभा चिरलेला कांदा, अख्ख्या हिरव्या मिरच्या, मीठ व जिरेपूड हे ऑलिव्ह ऑईलमध्ये परतावे व रोस्ट चिकनबरोबर सर्व्ह करावे. रोस्ट केलेल्या मटणाबरोबर परतलेल्या भाज्या किंवा लायमा बीन्स देण्याची पद्धत आहे.

□

चिकन टॅजिन :

साहित्य : १ चिकन तुकडे करून, ६ टोमॅटो बारीक चिरून, ६ लसूण पाकळ्या, प्रत्येकी १ टी स्पून हरीसा पेस्ट, २ गाजराच्या चकत्या, १ टेबल-स्पून ऑलिव्हचे तेल, ६ जर्दाळू बिया काढून, दोन खारवलेली लिंबे, २ कप चिकन स्टॉक व चवीला मीठ.

कृती : चिकनच्या व गाजराच्या तुकड्यांना हरीसा पेस्ट लावावी. तेलात कांदा, टोमॅटो

व लसूण पाकळ्या परतून घ्याव्या. त्यात मसाले व चिकनचे तुकडे टाकून जरासे परतून घ्यावे. टॅजिनच्या तळाला थोडे तेल घालून गाजराच्या चकत्या पसराव्यात व त्यावर चिकनचे मिश्रण घालावे. जर्दाळू व लिंबाचे तुकडे घालावेत. लागेल त्याप्रमाणे चिकन स्टॉक घालावा व झाकण लावून टॅजिन भट्टीमध्ये ठेवावे. साधारणपणे तासाभरात चिकन तयार होते.

□

संत्र्याचे सॅलड :

साहित्य : १ कप संत्र्याच्या सोललेल्या फोडी, १ कप अक्रोड, २० काळ्या मनुका, थोडी लेट्युसची पाने, १ टेबल-स्पून मध, चिमूटभर दालचिनी पूड व चवीला मीठ.

कृती : मनुका ४ तास पाण्यात भिजवून कोरड्या कराव्यात. मधात मीठ, दालचिनी पूड, अक्रोड व मनुका घालाव्यात. त्यात हलक्या हाताने संत्र्याच्या फोडी मिसळाव्या. लेट्यूसची पाने हाताने तोडून एका बशीत पसरावीत व त्यावर संत्र्याचे सॅलड घालावे. वरून पुदिन्याची पाने लावावीत.

□

प्रॉन्स सॅलड :

साहित्य : १ कप उकडलेले प्रॉन्स, १ काकडी, १ झुकिनी, १ पिवळ्या रंगाची ढबू मिरची, दहा बेदाणे, अर्धा चमचा कुटलेले जिरे, ४ लसूण पाकळ्या ठेचून, पुदिन्याची पाने, लिंबाचा रस, मीठ व ऑलिव्ह ऑईल.

कृती : प्रॉन्सला लिंबाचा रस व मीठ चोळून ठेवावे. ऑलिव्ह ऑईलमध्ये जिरे, लसूण, पुदिना, बेदाणे व मीठ घालून चांगले ढवळावे. काकडीची साले काढून व झुकिनीची साले न काढता चौकोनी तुकडे करावेत. ढोबळी मिरची बिया काढून चौकोनी कापावी. ह्या भाज्या व प्रॉन्स एकत्र करावे. त्यावर ऑलीव्ह ऑईलचे मिश्रण घालून हलक्या हाताने कालवावे. सर्व्ह करताना वर लिंबाच्या चकत्या ठेवाव्यात.

□

सात भाज्यांचे कुसकुस :

साहित्य : चार कप उकडलेले कुसकुस, २ टोमॅटोचा रस, १ बटाटा, १ कांदा, १ काकडी, १ झुकीनी, १ गाजर, १ भोपळी मिरची, लाल भोपळ्याचे चार पाच तुकडे. प्रत्येकी अर्धा चमचा दालचिनी पूड, सुंठपूड, व जिरेपूड व मिरपूड. ५ लसूण पाकळ्या ठेचलेल्या. २ लाल मिरच्या, पुदिना व चवीनुसार मीठ.

कृती : सर्व भाज्यांचे एकसारखे चौकोनी तुकडे करून ते ऑलिव्ह ऑईलमध्ये परतावे. त्यात मसाले, मिरचीचे तुकडे, लसूण, मीठ व टोमॅटोचा रस घालावा. लागेल त्याप्रमाणे भाज्यांचा स्टॉक घालून शिजवावे. रस्सा जरा पातळसरच पाहिजे. एका मोठ्या बशीत कुसकुसचा डोंगर करावा. वरच्या भागात खोल खड्डा करून त्यात गरमागरम भाज्यांचा रस्सा ओतावा. पुदिना व हिरव्या मिरच्यांनी सजवावे.

□

खसखस लावलेले खरबूज :

साहित्य : एका खरबुजाच्या फोडी, १ टी स्पून मध, अर्ध्या लिंबाचा रस, १ टेबल-स्पून किंचित भाजलेली खसखस, २ टी स्पून कोणत्याही फळाचा जॅम.

कृती : मध, लिंबाचा रस व खसखस एकत्र करून खरबुजाच्या फोडींना सगळीकडे नीट लावून घ्यावे. जॅममध्ये थोडे पाणी घालून तो जरा पातळ करावा. एका बोलमध्ये खरबुजाच्या फोडी ठेवून त्यावर जॅम ओतावा. फ्रीजमध्ये गार करून सर्व्ह करावे.

□

पिरॅमिडच्या देशात

मातीपासून बनवलेल्या वस्तू भट्टीत भाजण्याने टणक व टिकाऊ होतात, हा शोध इजिप्त व चीनमधला मानला जातो. इजिप्तमध्ये नाईल नदीतील चिखलापासून बनवलेल्या भांड्यांना 'नाईल सिल्ट वेअर' म्हणतात. ही भांडी भाजल्यावर त्यांना लालसर तपकिरी रंग येतो. ईजिप्तमध्ये पूर्वापार स्वयंपाकासाठी व इतरही निरनिराळ्या कारणांसाठी मातीची भांडी वापरली जातात.

इजिप्तला गेलो असताना अलेक्झांड्रियापासून प्रवासाला सुरुवात करून अबूसिंबलपर्यंत सगळा देश हिंडून पालथा घातला. अलेक्झांड्रिया, कैरो, गीझा, आसवान, ह्या गावी आणि नाईल क्रूझवर राहणे झाले. त्यामुळे भटकण्याबरोबरच पंचतारांकित रेस्टॉरंटपासून कॉफी शॉप्स, छोटी रेस्टॉरंट्स आणि खास इजिप्शियन पदार्थ मिळणाऱ्या शॉप्स-मध्ये निरनिराळे प्रकार चाखून बघता आले. इजिप्तमध्ये खाण्याच्या ठिकाणांना शॉप म्हणायची पद्धत आहे. तिथे मिळणारे बरेच पदार्थ ग्रीस , टर्की, सिरिया आणि लेबॅनन ह्या देशांतील पदार्थांशी मिळते जुळते असतात; पण तरीही त्यांना स्वतःची अशी एक वेगळी चव असते. हेच तर खरे इजिप्शियन खाद्यसंस्कृतीचे वैशिष्ट्य आहे.

माझ्या मुलीची इजिप्शियन मैत्रीण दीना आमच्याबरोबर असल्यामुळे काही निवडक इजिप्शियन पदार्थ खाऊन बघता आले. एके दिवशी दीनाने तिच्या घरी जेवायला बोलावले होते. जाताना मी तिच्या आईसाठी फुले घेऊन गेले, पण त्यावेळी मला एक मजेशीर गोष्ट कळली. दीना म्हणाली, ''इजिप्तमध्ये जेवायला गेल्यावर फुले देत नाहीत. कारण आमच्याकडे फक्त लग्नात किंवा आजारी माणसांना भेटायला जातानाच फुले नेण्याची पद्धत आहे.'' खरेच, प्रत्येक देशातल्या पद्धती किती वेगवेगळ्या असतात!

भात, पीटा ब्रेड व त्याच्या जोडीने फावा बीन्स हे इजिप्तमधील लोकांचे मुख्य खाणे आहे. सकाळच्या न्याहरीपासून रात्रीच्या जेवणापर्यंत प्रत्येक वेळी फावा बीन्सचा एक तरी पदार्थ असतोच. मीट हा तिथे चैनीचा पदार्थ समजला जातो, तसेच तो इतर पदार्थांच्या तुलनेत बराच महागही आहे. त्यामुळेच की काय खूप ठिकाणी मीटच्या पदार्थात भाज्या घातलेल्या दिसल्या. मटण आणि मासे जास्त प्रमाणात असतात, पण इजिप्तचा खास पदार्थ म्हणजे ग्रील्ड पिजन्स व केबाब. केबाब हे मटण खिमा, कांदा व भरपूर मसाले वापरून केलेले असतात.

एक गोष्ट माझ्या लक्षात आली, की ह्यांचे जेवण फार कोरडे असते. कुठेही जेवायला गेलो, की टेबलवर सर्वप्रथम वाडगा भरून सॅलड व पाच सहा पुरीच्या आकाराचे गरम गरम पिटा ब्रेड आणून ठेवतात. त्याबरोबर खाण्यासाठी टोमॅटोची तिखट चटणी व फावा बीन्सपासून बनवलेली एक चटणी असतेच. जेवणातला मुख्य पदार्थ म्हणजे कबाब किंवा ग्रील्ड मीट. ते सावकाशपणे येते. तोपर्यंत पिटा ब्रेड व सॅलडनेच आपले पोट भरते. जेवण झाल्यावर टर्किश कॉफी असते. फावा बीन्सचे वेगवेगळे प्रकार ही इजिप्तची खासियत. उकडलेले फावा बीन्स केबाबबरोबर, भातात घालून किंवा भाज्यांमध्ये भरून खाल्ले जातात. इथे ढोबळी मिरची, टोमॅटो, द्राक्षाची पाने ह्यामध्ये फावा बीन्स, भात किंवा खिमा भरलेला असतो. कांदा, टोमॅटो व मसाले घालून शिजवलेले फावा बीन्स तर सगळीकडे ब्रेकफास्टला असतातच. ह्या उसळीवर ऑमलेट किंवा उकडलेल्या अंड्याच्या चकत्या घालून खाण्याची पद्धत आहे. तळलेला कांदा व लसूण घातलेले फावा बीन्सचे सूप हाही एक लोकप्रिय पदार्थ आहे. तामिया हा फलाफलसारखाच एक खास इजिप्शियन पदार्थ आहे. कांदा लसूण घालून वाटलेल्या फावा बीन्समध्ये भरपूर कोथिंबीर घालून गोळे करून तळतात. पिटा ब्रेडला तिळाची पेस्ट लावून त्यावर हे गोळे व सॅलड घालतात.

नाईल क्रूझवरही खाण्याची अगदी चंगळ होती. बुफेमध्ये ठेवलेल्या सॅलडची मजा म्हणजे बशीत टोमॅटो, काकडी, मुळा अशा भाज्या व सुरी ठेवलेली असते. आपणच आपल्याला हव्या त्याप्रमाणे त्या कापून घ्यायच्या. तिथे मोलोखिया ही हिरव्यागार रंगाची भाजी खूप वापरली जाते. तीळ व लसूण घालून परतलेली ही भाजी फारच छान लागते. हे लोक बीटही खूप खातात. तीळ व लसणीची फोडणी दिलेले बीटचे सॅलड आणि मोलोखिया व फेटा चीजचे सॅलड हे मला खूपच वेगळे वाटले. एकूणच सर्व इजिप्शियन पदार्थांत कांदा, लसूण व तीळ हे भरपूर प्रमाणात वापरले जाते. ते पदार्थ प्रोटिन्सनी परिपूर्ण असे असतात.

इजिप्तमधील जगप्रसिद्ध पिरॅमिड्स व स्फिंक्स बघण्यासाठी आम्ही त्याच्या जवळच म्हणजे गीझा भागात राहिलो होतो. दीना आमच्याबरोबर असल्यामुळे तिच्याबरोबर

गीझामध्ये भरपूर भटकून झाले. एक दिवस आम्ही तिथल्या पिरॅमिड स्ट्रीटवर गेलो होतो. हा सगळा परिसर खाण्याची दुकाने, कॅफेज, सोव्हिनियर शॉप्स, हॉटेल्स आणि पर्यटकांनी गजबजून गेला होता. ह्या रस्त्यावर इजिप्शियन व इतर देशांतील फूड शॉप्सच्या जोडीने चिकन टिक्का आणि चिलीज ही दोन भारतीय दुकाने दिसली. त्या दिवशी दीना आम्हाला इजिप्तचा राष्ट्रीय पदार्थ 'कुशारी' खाण्यासाठी अल् ताहरीर ह्या दुकानात घेऊन गेली. हे दुकान कुशारीसाठी प्रसिद्ध असून तिथे फक्त कुशारी व सॅलड हे दोनच पदार्थ मिळतात. दुकानातल्या कट्ट्यावर शिजवलेला भात, मॅक्रोनी, शिजवलेला अख्खा मसूर, उकडवलेले छोले, तळलेला कांदा व एका भल्या मोठ्या भांड्यात टोमॅटोचा सॉस ठेवला होता. बाजूला सॅलडचे भांडे होते. ऑर्डर देताना आपल्याला लहान, मोठा का मध्यम पोर्शन हवा आहे, एवढेच सांगायचे. ऑर्डर दिल्यावर तिथल्या माणसाने एका खोलगट बशीत सर्वप्रथम भात व मॅक्रोनी एकत्र केले. त्यावर मसूर घातली. थोडे छोले व भरपूर तळलेला कांदा घातला. ह्या सर्वांवर टोमॅटो सॉस टाकून बशा आमच्या टेबलवर आणल्या. जरा वेगळ्याच चवीचा हा पदार्थ आम्हाला फारच आवडला. इजिप्तमध्ये गल्ली-बोळांत अशी कुशारीची दुकाने असून हे इजिप्तमधील फास्टफूड समजले जाते.

नूडल्स हा चायनीज, तर पास्ता हा इटालियन पदार्थ आहे; पण जगभरातील खाद्यसंस्कृतीमध्ये तो निरनिराळ्या प्रकारे वापरला जातो. इजिप्शियन कुशारी बनवताना त्यात भाताबरोबर नूडल्सचे तुकडे किंवा पास्ता घातला जातो. कुशारी हा मस्त चवीचा आणि पूर्णपणे शाकाहारी पदार्थ आहे. पूर्वी तो गरीब लोकांचे खाणे म्हणून ओळखला जाई; पण करायला सोपा, अतिशय पौष्टिक आणि पोटभरीचा हा पदार्थ आज इजिप्त-मधील सर्व स्तरांतील लोक मोठ्या आवडीने खातात. सर्व अन्नघटकांनी परिपूर्ण असलेला हा पदार्थ रस्त्यावरील लहान दुकानांपासून ते पंचतारांकित रेस्टॉरंटपर्यंत सगळीकडे मिळतो. बिर्याणी जशी वेगवेगळ्या प्रकारे बनवली जाते, तसाच प्रकार कुशारीचा.

दीनाच्या घरी जेवायला गेलो, तेव्हा तिच्या आईने तामिया आणि कुशारी बनवले होते. तिने बनवलेल्या कुशारीमध्ये तिने भात व नूडल्सचे तुकडे एकत्र शिजवले व त्यावर मसूर टाकले. छोल्यांबरोबर कच्च्या टोमॅटोच्या चकत्या टाकल्या. त्यावर बारीक चिरून परतलेला कोबी व पार्सली घातली आणि मग वरून भरपूर सॉस घातला. पदार्थ तोच पण फक्त करण्याची पद्धत जरा वेगळी. मी लगेचच त्यांच्याकडून ह्या पद्धतीच्या कुशारीची कृती लिहून घेतली.

सॉसची चव जमली, की उत्तम कुशारी तयार. आता तर ह्या सॉसच्या बाटल्या बहुतेक सगळ्या दुकानांत उपलब्ध असतात, त्यामुळे कुशारी करणे आणखीच सोपे

झाले आहे. हा पदार्थ इजिप्तप्रमाणे इतर अरब देशांमध्येही खूप लोकप्रिय आहे. लोक इजिप्तला पिरॅमिड्स बघायला जातात; पण त्याबरोबर हे सगळे खास इजिप्शियन पदार्थ चाखून बघितले, तर सहलीची लज्जत नक्कीच वाढेल.

□

कुशारी

साहित्य : २ वाट्या शिजवलेला भात, १ वाटी उकडलेला पास्ता, १ वाटी शिजवलेले मसूर, १ वाटी तळलेला कांदा, १/२ वाटी उकडलेले छोले, १ वाटी परतलेला कोबी, १ कच्चा टोमॅटो.

कृती : सॉससाठी १ कांदा व ५ टोमॅटो तुकडे करून, ६ लसूण पाकळ्या, ६ लाल मिरच्या हे सर्व २ चमचे ऑलिव्ह तेलात परतून घ्यावे. त्यात चवीला मीठ घालून ते मिक्सरवर वाटावे. हे मिश्रण अगदी बारीक न वाटता जाडसरच ठेवावे.

भात, पास्ता, मसूर, ऑलिव्ह ऑईल आणि मीठ घालून शिजवावे. भात अगदी फडफडीत, तर मसूर ओलसर राहिली पाहिजे. भात व पास्ता एकत्र करून एका मोठ्या बोलमध्ये घालावे. त्यावर मसूर घालावी. त्यावर छोले, कोबी आणि कच्च्या टोमॅटोच्या चकत्या घालाव्यात. वरून तळलेला कांदा पसरावा. खाताना त्यावर आपल्याला लागेल त्याप्रमाणे सॉस घालावा. कुशारीला खरी चव मिळते ती त्यावर घालायच्या सॉसमुळे.

□

अशी ही बिर्याणी

“पुलाव वा बिर्याणीसाठी मातीच्या डेकचीसारखे दुसरे भांडे नाही, असे म्हणतात. मातीच्या डेकचीत भात शिजताना सगळी वाफ आतल्या आत राहते व भात मोकळा होऊन त्यात घातलेल्या पदार्थाची मूळ चव तशीच राहते, हे त्यामागचे कारण आहे.

इराक, इराण, इजिप्त, येमेन, सौदी अरेबिया, टर्की ह्या देशांत बिर्याणी हा पदार्थ पूर्वापार बनवला जातो. आपल्यालाही मोगल काळापासून हा पदार्थ माहीत आहे. प्रत्येक देशात वा समाजातील घटकात ती करण्याची पद्धत वेगळी असते, पण प्रत्येक बिर्याणी ही अतिशय चविष्ट आणि आपापल्या परीने वैशिष्ट्यपूर्ण असते. प्रत्येक ठिकाणच्या बिर्याणीची काही तरी खासियत असते, म्हणूनच ती वेगवेगळ्या नावाने ओळखली जाते.”

बिर्याणीवरून दुबई शॉपिंग फेस्टीव्हलमध्ये अनुभवलेला ‘बिग बिर्याणी बोल’ हा सोहळा आठवला. त्यासाठी दुबईतील वेगवेगळ्या रेस्टॉरंटमधील तीस शेफनी एकत्र येऊन ही बिर्याणी बनवली होती. १२०० किलो तांदूळ, ८०० किलो चिकन, ५० किलो बिर्याणी मसाला, १५० लिटर तेल, ३२० किलो दही आणि इतर पदार्थ वापरून बनवलेली ती बिर्याणी, म्हणजे म्हणजे खवय्यांना पर्वणीच होती. तसे बघितले तर दुबईमध्ये जगभरातील बहुतेक सर्व प्रकारचे खाद्यपदार्थ मिळतात; पण तिथे मिळणारे देशोदेशीचे बिर्याणीचे प्रकार खाणे, हा एक वेगळाच अनुभव असतो.

बिर्याणी हा शब्दप्रयोग ‘बिरियन’ ह्या फारसी शब्दावरून आला आहे. त्याचा अर्थ ‘शिजवण्याआधी परतलेला पदार्थ’ असा आहे. पर्शियामध्ये पूर्वीपासून भात करण्याची एक विशिष्ट पद्धत अवलंबली जात असे. तांदूळ मिठाच्या पाण्यात भिजवून मग विस्तवावर ठेवले जात असत. पाण्याला उकळी आली, की ते पाणी काढून टाकून तो तांदूळ वाफेवर शिजवला जात असे. ह्यामुळे भात चिकट न होता मऊ व मोकळा होत

असे. काही पर्शियन गावांमध्ये बनवली जाणारी बिरियन 'दम पुख्त' म्हणून ओळखली जात असे. दमपुख्तचा शब्दशः अर्थ बघितला, तर 'वाफेवर शिजवलेला' असा होतो. नावाचा अर्थ व पदार्थ बनवण्याची पद्धत ह्यावरून बिर्याणीचा उगम पर्शिया म्हणजेच इराणमधला असेल, असे मानले जाते.

पर्शियन बिर्याणी बनवताना भात व मसाल्यात मुरवून शिजवलेले मटण ह्यांचे एकावर एक थर लावले जात. खालचा व सर्वात वरचा थर भाताचा असे. ते भांडे घट्ट झाकण लावून विस्तवावर ठेवून मंद आचेवर त्याला चांगली वाफ दिली जाई. पर्शियन बिर्याणीत चिकन किंवा मटणचा लेग पीस वापरला जाई. तो दही, पुदिना, आले, लसूण अशा ताज्या मसाल्यात व किसलेल्या कच्च्या पपईत मुरवून ठेवत. तयार बिर्याणीवर दुधात मिसळलेले केशर घालण्याची पद्धत पर्शियामधलीच. इराणी व्यापारी व पर्यटकांनी ह्या पदार्थाची इतर देशांतील लोकांना ओळख करून दिली.

बिर्याणीच्या उगमाबद्दल आपल्याकडेही एक गोष्ट सांगितली जाते. जिच्या प्रेमाची साक्ष म्हणून शहाजहानने ताजमहाल बांधला ती मुमताज बेगम एकदा आपल्या लष्करातील छावणीवर गेली होती. तिथल्या बहुतेक सैनिकांचे कुपोषण होत आहे असे लक्षात आल्यामुळे तिने छावणीतील स्वयंपाक्याला भात, भाज्या, मटण, दही, सुका मेवा व मसाले वापरून सर्व पोषण मूल्यांनी परिपूर्ण असा एक पदार्थ करायला शिकवला. असा हा सर्वांना अतिशय आवडलेला, एका पदार्थात जेवण होणारा पौष्टिक पदार्थ, म्हणजेच बिर्याणी!

आज बिर्याणी म्हणजे सर्वच देशांतील एक लोकप्रिय व आवडता पदार्थ झाला आहे. बहुतेक ठिकाणी नावात व करण्याच्या पद्धतीत थोडाफार फरक केला गेला, पण भात शिजवायची पद्धत व त्यात वापरले जाणारे पदार्थ मात्र सगळीकडे तेच आहेत. बिर्याणीसाठी शक्यतो सुवासिक व लांबसडक तांदूळ वापरला जातो. भातावर दुधात भिजवलेले केशर व तूप टाकले जाते. केशराच्या सुगंधामुळे बिर्याणीची लज्जत नक्कीच वाढते. बहुतेक वेळा बिर्याणी बनवण्यासाठी निमुळत्या तोंडाचे भांडे म्हणजेच डेकची वापरतात. काही देशांत ती मातीच्या भांड्यात बनवली जाते, तर काही देशांत ती परातीसारख्या पसरट भांड्यात बनवतात.

पर्शियन बिर्याणी मसालेदार असते, पण इराकी बिर्याणी त्यामानाने कमी मसाले वापरून बनवतात. त्यात भाताबरोबर शेवया घातल्या जातात, तर वरून सुकामेवा तळून घातला जातो. काबुली पिलाफ हा अफगाणिस्तानातला; तर तुर्की पिलाफ हा तुर्कस्तानातला पुलाव. असे म्हटले जाते, की बिर्याणी करण्याची कल्पना पिलाफ ह्या पदार्थामुळेच सुचली. खरे तर बिर्याणी आणि पुलाव ह्यामध्ये खूपच फरक आहे. पुलावमध्ये सर्व पदार्थ एकत्र करून शिजवले जातात, पण बिर्याणीमध्ये मात्र भात

व मटण किंवा भाज्या ह्यांचे वेगवेगळे थर असतात. बिर्याणीमध्ये हे दोन पदार्थ वेगवेगळे असणे आवश्यक असते.

येमेनमधली बिर्याणी म्हणजे 'मंदी' हा त्यांचा राष्ट्रीय पदार्थ आहे. ह्यामध्ये चिकन तंदूर करून घेतात. मंदीच्या मसाल्यातला वेगळेपणा म्हणजे त्यात ओली हळद व मीठ लावून वाळवलेली लिंबे वापरलेली असतात. मंदीचा भात किसलेले गाजर, मसाले व लिंबाचे तुकडे घालून करतात. त्या भाताला पिवळा रंग मिळतो तो मसाल्यातील ओल्या हळदीमुळे. मंदी सर्व्ह करतना एका वाटीत ऑलिव्ह तेल घालून त्यात पेटलेला कोळसा ठेवतात. जाळीचे झाकण लावून ती वाटी मोठ्या बशीत ठेवली जाते. वाटीच्या बाजूनी भात व भातावर तंदूर केलेले चिकनचे तुकडे ठेऊन त्यावर झाकण ठेवले जातो. कोळशाच्या धुरामुळे मंदीला एक प्रकारचा वेगळाच स्वाद मिळतो. मंदीबरोबर टोमॅटोची तिखट चटणी, पुदिना, मीठ घातलेले दही आणि कांदा-काकडीचे सॅलड खायची पद्धत आहे.

कबसा ही सौदी अरेबियाची बिर्याणी. तेथे घराघरांतून ती वेगवेगळ्या प्रकाराने बनवली जाते. मसाले घालून शिजवलेल्या भाताचा ढीग बशीत लावून त्याच्या मध्यभागी खड्डा केला जातो. हा भात मोकळा व ओलसर असा असतो. त्यात भाजलेले मटण ठेवून त्यावर टॉमॅटोची तिखट चटणी व भरपूर सुकामेवा घालून कबसा खाल्ला जातो. टोमॅटो, आले, लसूण व लाल मिरच्या असे ऑलिव्ह तेलात शिजवून ही तिखट चटणी बनवलेली असते. कबसाला खरी चव ह्या लाल चटणीमुळे मिळते.

अरेबिक देशातील तंदूर भट्टी म्हणजे मातीचे भांडे काही ठिकाणी वाळवंटातील वाळूत पुरलेले असते. खालून कोळशाची धग व वरून पेटवलेल्या लाकडांचा विस्तव अशावर ते मटण शिजवले जाते. विस्तव विझल्यावर शिजलेले मटण बराच वेळ भट्टीत तसेच ठेऊन देतात. दुसरी पद्धत म्हणजे लाकडे पेटवून त्यावर फरशा किंवा चपटे दगड ठेवतात व त्यावर मटण भाजतात. ह्या दोन्ही पद्धतीत मटणामधले रस आटले जाऊन ते कोरडे होते, पण हीच त्या पदार्थाची खासियत असते. मसाले व भाज्या घालून केलेल्या गरमागरम भातावर हे मटण घालून खाल्ले जाते. त्याबरोबर जिऱ्याची पूड व मीठ लावलेले लबान म्हणजेच ताक व सॅलड खाण्याची पद्धत आहे.

बऱ्याच आखाती देशांत मसाल्यात मुरवलेले मटण जाड बुडाच्या डेकचीत घातले जाते व त्यावर एक उकळी आणलेला तांदूळ पसरला जातो. त्यावर तूप सोडून डेकचीवर झाकण लावून ते भिजवलेल्या कणकेने घट्ट बंद केले जाते. आतल्या वाफेवर ते मटण व भात शिजतो. मसाल्याचा स्वाद आतल्या आत राहिल्याने बिर्याणीला उत्तम चव येते.

हे जरी अरब जगतातील बिर्याणीचे प्रकार झाले, तरी आपल्याकडील बिर्याणी थोड्या-फार फरकाने तशीच असते. कोणत्याही देशातली असो, उत्तम बिर्याणी कशी पाहिजे, ह्याबाबत काही ठोकताळे आहेत. ती उत्कृष्ट चवीची व स्वादाची पाहिजे. त्यातले मटण चांगले शिजलेले पाहिजे, पण हाडापासून वेगळे व्हायला नको. त्यातील भाताचे प्रत्येक शीत न् शीत मोकळे राहिले पहिजे, पण खाताना तोठरा बसता कामा नये. ती ओलसर पाहिजे, पण घास हातात घेतल्यावर भाताचे शीत खाली पडता कामा नये. कोणताही कृत्रिम अर्क न वापरता बिर्याणीला त्यातल्या मसाल्याचा व सुवासिक तांदळाचा स्वाद मिळाला पाहिजे. बिर्याणीची चव जिभेवर रेंगाळत राहिली, म्हणजे खरी बिर्याणी जमली. तर अशी आहे ही बिर्याणीची कहाणी.

□

चटण्या, लोणची आणि सॉस

"आपल्याकडे लोणची ठेवण्यासाठी चिनी मातीच्या बरण्या आणि चटणीसाठी चिनी मातीचा सट पूर्वापार वापरला जातो. इतर देशांतसुद्धा चटण्या आणि लोणची ठेवण्यासाठी चिनी मातीची भांडी असतात. मोरोक्कोमध्ये मीठ लावलेली लिंबे मुरवण्यासाठी घट्ट झाकणाची चिनी मातीची बरणी असते, तर कोरियन किमची आंबवण्यासाठी ती चिनी मातीच्या वाडग्यात ठेवली जाते.

सगळ्याच देशांच्या खाद्यसंस्कृतीत असे चटण्या, लोणची, सॉस असतात. त्यांची नावे वेगळी, करण्याची पद्धत वेगळी आणि ते कशाबरोबर खायचे ते पदार्थही वेगळे. पदार्थ कितीही रुचकर झाला असला, तरी त्याच्याबरोबर चटणी किंवा सॉस घेतला तर त्याची लज्जत आणखीच वाढते. माझ्या भटकंतीत अशाच काही आवडलेल्या चटण्या, लोणची आणि सॉस."

चाकालाका (दक्षिण आफ्रिका) :

ग्रील केलेल्या मीटबरोबर खाण्यासाठी.

साहित्य : १ कांदा, ४ लसूण पाकळ्या, १ भोपळी मिरची, ४ टॉमेटोचा गर, १ कप श्रावण घेवड्याचे दाणे, १ चमचा गरम मसाला, २ चमचे लाल तिखट, चवीप्रमाणे मीठ.

कृती : श्रावण घेवड्याचे दाणे नरम होईपर्यंत शिजवावेत. बारीक चिरलेला कांदा, लसूण व भोपळी मिरची भरपूर तेलात परतून, त्यात टोमॅटोचा गर घालून वाफेवर शिजवावे. तेल सुटल्यावर त्यात श्रावण घेवड्याचे दाणे, मसाला, तिखट व मीठ घालावे. चाकालाका परत गरम करत नाहीत. तो गारच खातात.

□

वसाबी सॉस (जपान) :

कच्चे मासे, सूशी अशा पदार्थांवर घालून खाण्यासाठी.

वसाबी हा एक जपानी कंद असून तो अतिशय उग्र आणि तिखट चवीचा असतो. त्याचे वैशिष्ट्य म्हणजे त्याचा स्वाद आणि तिखटपणा जास्त वेळ टिकून राहत नाही. त्यातल्या तिखटाची जळजळ तोंडात अजिबात राहत नाही, पण त्याची झिंग मात्र नाकात जाते. ती गेली म्हणजे वसाबीची पुरेपूर मजा आली, असे म्हणतात.

कृती : १/२ कप किसलेले वसाबी कंद, १ चहाचा चमचा मोहरीपेस्ट आणि मीठ घालून बारीक वाटावे. तयार झालेले फिक्या हिरव्या रंगाचे वाटण म्हणजेच वसाबी सॉस.

□

किमची (कोरिया)

किमची हा कोरियन जेवणाचा एक अविभाज्य भाग असून प्रत्येक जेवणात त्याचे चार पाच प्रकार तरी असतातच. कोबी, गाजर, काकडी, शलगम अशा भाज्यांची किमची केली जाते.

साहित्य : १ मध्यम आकाराचा कोबी, लसूण पेस्ट, आले पेस्ट आणि लाल तिखट प्रत्येकी १ मोठा चमचा, मीठ व व्हिनीगर.

कृती : कोबी किंवा ज्या भाज्यांची किमची करायची आहे, त्या भाज्या कापून मिठाच्या पाण्यात ६ ते ७ तास भिजवून ठेवाव्यात. नंतर त्या चाळणीत घालून त्यातले पाणी निथळावे. आले, लसूण, मीठ व लाल तिखट व्हिनीगरमध्ये कालवून ते भाज्यांच्या तुकड्यांना लावावे. हे मिश्रण किमान २४ तास तरी बाहेर ठेवावे. एवढ्या वेळात ते किंचित आंबते व नंतर बरणीत भरून फ्रीजमध्ये ठेवावे.

□

बाबा गनौश :

अरबी लोकांच्यात वांगे इतके लोकप्रिय आहे, की त्यांच्या स्वयंपाकात रोज वांग्याचा एक तरी पदार्थ असतोच. वांग्याच्या त्या वेगवेगळ्या प्रकारांमध्ये बाबा गनौश हा एक मस्त चवीचा पदार्थ.

साहित्य : कोळशावर भाजून साल काढलेले १ मोठे वांगे. १ मोठा चमचा ऑलिव्ह तेल, १ कांदा, ४ लसूण पाकळ्या, १ लिंबाचा रस, २ चमचे ताहिनी म्हणजे तिळाची

पेस्ट, १ चमचा बारीक चिरलेली पार्सली.

कृती : वांग्याचा गर, कांदा, लसूण, ताहिनी व मीठ असे सगळे मिक्सरवर बारीक वाटून घ्यावे. त्यात लिंबाचा रस घालून एकजीव करावे. सर्व्ह करताना मधोमध खड्डा करून त्यात ऑलिव्ह ऑईल घालावे व वरून पार्सली घालावी.

□

झातर (मेडिटेरियन देश) :

झातर हे एक हर्ब असून मेडिटेरियन पदार्थांत त्याचा खूप वापर केला जातो. झातरची पूड ऑलिव्ह तेलात कालवून ब्रेडला लावतात. ती मैद्याच्या जाडसर पोळीवर लावून तो नान भट्टीत भाजतात. काही वेळा त्यावर किसलेले चीजही टाकतात. झातर आणि चीज हे कॉंबिनेशन फारच छान लागते. त्याची पूड भाज्यांवर, कबाबवर व सॅलडवर भुरभुरतात. हा पदार्थ प्रत्येक घराघरांतून वेगवेगळ्या पद्धतीने बनवला जातो. घटक तेच फक्त प्रमाण वेगवेगळे.

कृती : १ कप वाळलेल्या झातरच्या पानांची पूड, पाव कप जाडसर कुटलेले तीळ व चवीला मीठ हे सर्व एकत्र करून बरणीत भरून ठेवावे.

□

कोकोनट चटणी (त्रिनिदाद) :

कोकोनट चटणी ही तळलेले बटाटे, परतलेल्या भाज्या वा भाताबरोबर खाल्ली जाते. ही चटणी ग्रील्ड मीटसाठी मॅरिनेशन म्हणूनही वापरतात. त्यातल्या पांढऱ्या मिरच्या म्हणजे त्रिनिदादची खासियत असून त्या चांगल्याच झणझणीत असतात.

साहित्य : एका शहाळ्यातली मलई, १ पांढरा कांदा, २ लसूण पाकळ्या १ इंच आले, ४/५ पांढऱ्या मिरच्या, मीठ, १ चमचा लोणी.

कृती : शहाळ्यातली मलई काढून घ्यावी. कांदा, आले, लसूण, मिरच्या व मीठ बारीक वाटून लोण्यात परतावे. कोरडे झाल्यावर गार करून त्यात वाटलेली मलई मिसळावी व मिश्रण बारीक वाटावे. बरणीत भरून फ्रीजमध्ये ठेवावे. मॅरिनेशन म्हणून वापरायचे झाल्यास फिश किंवा चिकनच्या तुकड्यांना लावून दोन तास ठेवावे व नंतर कोळशावर भाजावे.

□

(साप्ताहिक सकाळ)

काप्पा आणि मीन करी

केरळ आणि श्रीलंकेमध्ये एक गोष्ट प्रामुख्याने लक्षात आली आणि ती म्हणजे तिथे वापरली जाणारी मातीची भांडी. तिथे फिश करी ही गोलाकार बुडाच्या मातीच्या भांड्यात केली जाते. ह्या विशिष्ट आकाराच्या भांड्याला मीन चेट्टी म्हणतात व प्रत्येक घरात अशी एक दोन भांडी असतातच. हॉटेलच्या बुफेमध्येदेखील फिश करी मोठ्या आकाराच्या चेट्टीमध्येच ठेवलेली असे.

केरळी पद्धतीच्या फिश करीमध्ये भरपूर प्रमाणात मसाले, भरपूर लाल मिरच्या, भरपूर कढीपत्ता व भरपूर नारळ वापरतात, हे लक्षात आले होते. तसेच करीमध्ये वापरल्या जाणाऱ्या लहान लहान लालसर कांद्यांमुळे पदार्थाला वेगळी चव व स्वाद मिळत होता. ताजे ताजे मासे व ताजे ताजे मसाले ह्यामुळे पदार्थाची लज्जत नक्कीच वाढत होती. खोबरेल तेलाच्या फोडणीत घातल्या जाणाऱ्या मेथ्या आणि भरपूर कढीपत्ता हाही थोडासा वेगळा प्रकार. हे सर्व ऐकल्यावर केरळी फिश करी व त्याबरोबर काप्पा, अप्पम वा भात खायची इच्छा झाली नाही तर नवलच; पण इथे काही त्या चवीची करी बनणार नाही, त्यासाठी केरळलाच जायला पाहिजे.

केरळ म्हटले, की डोळ्यांसमोर येते ते तिथले निसर्गसौंदर्य. नजर पोहचेल तिथपर्यंत दिसणारा निळाशार समुद्र, काठावर आदळणाऱ्या पांढऱ्या फेसाळ लाटा आणि किनाऱ्यावरची काहीशी काळपट रंगाची वाळू. समुद्रापासून दूर झालेला संथ पाण्याचा प्रवाह, त्यातल्या वेताचे छत लावलेल्या लहान लहान होड्या आणि बघावे तिथे नारळाची झाडे दाटीवाटीने उभी. त्या झाडांमधून जाणारे अरुंद आणि वळणावळणाचे रस्ते, छोटी छोटी गावे, शहाळ्याचे ढीग घेऊन बसलेली माणसे आणि जागोजागी असलेल्या केळीच्या बागा. रस्त्यावरच्या दुकानातून टांगलेले पिवळ्याधमक पातळ सालीच्या आणि लालसर रंगाच्या केळ्यांचे घड, हे खरे केरळचे रूप.

निसर्गसौंदर्य व कथकलीप्रमाणेच केरळ तिथल्या खाद्यपदार्थांसाठीही प्रसिद्ध आहे.

खास करून विविध प्रकारच्या फिश करीसाठी. बऱ्याच दक्षिण भारतीय भाषांमध्ये 'करी'चा शब्दशः अर्थ बघितला, तर तो म्हणजे मुख्य पदार्थाबरोबर खाण्याचा बाजूचा पदार्थ असा होतो. केरळात करी शक्यतो भात वा अप्पम ह्या मुख्य पदार्थाबरोबर खाल्ली जाते. तिथली 'काप्पा आणि मीन करी' हा पदार्थ तर फारच अफलातून चवीचा आहे. ह्यातला काप्पा म्हणजे टापीओका आणि मीन म्हणजे मासा. उकडलेल्या टापीओकाच्या कापांवर जिरे, आले, मिरची आणि कढीपत्त्याची फोडणी दिलेली असते व त्याबरोबर मसालेदार फिश करी खाल्ली जाते. हा प्रकार आपल्याला नवीन असला, तरी केरळमध्ये तो पूर्वापार खाल्ला जातो.

केरळमधले लोक म्हणजे माशांचा रस्सा आणि त्याबरोबर उकड्या तांदळाचा, पांढरा, फडफडीत भात खाणारे. त्यांच्या भूमीत जे काही पिकते आणि जे काही मिळते त्याचा पुरेपूर आस्वाद घेणारे. तिथे नारळ, केळी आणि भाताबरोबरच टापीओकाचीही मोठ्या प्रमाणावर लागवड केली जाते. भात आणि माशांच्या बरोबरच काप्पा हेदेखील केरळी लोकांचे मुख्य अन्न आहे. काप्पा जसा फिश करीबरोबर खाल्ला जातो, तसा तो भाज्यांमध्ये घालून किंवा नुसता उकडून खाल्ला जातो. त्यापासून वेफर्स, हलवा आणि खीर असे पदार्थदेखील बनवले जातात. केरळ ही मसाल्याची भूमी समजली जाते. ओघानेच तिथे पिकणाऱ्या लवंग, वेलदोडे, दालचिनी, जिरे, मिरे ह्या मसाल्याच्या पदार्थांचा स्वयंपाकात भरपूर वापर केला जातो. नारळही मुबलकपणे वापरला जातो. जवळजवळ प्रत्येक पदार्थात; मग तो गोड असो वा तिखट असो, त्यात नारळ घातलेला असतोच. नारळाचे दूध खास करून रस्सेदार पदार्थ तयार करताना वापरले जाते. बहुतेक सगळे केरळी पदार्थ खोबरेल तेलात केले असल्याने त्याला एक प्रकारची वेगळी तरीही छान चव येते. अर्थात सर्वांनाच ती आवडेल असे नाही.

काप्पा मीन करीसारखीच आणखी एक पारंपरिक केरळी फिश करी म्हणजे मुलुकू चारा. भरपूर मसाले व तिखट घातलेला माशाचा हा लाल रंगाचा पातळ रस्सा तिथे फारच लोकप्रिय आहे. ही करी खाऊन जीभ अक्षरशः भाजते, पण ती इतकी चविष्ट असते, की तिखट लागली तरी आणखी आणखी खावीशी वाटते. केरळी फिश करीमध्ये ज्या प्रमाणात मसाले वापरले जातात त्यामानाने तेल फारच कमी असते. बऱ्याच प्रकारात तयार करीवर वरून खमंग चुरचुरीत फोडणी घातली जाते. कोणत्या प्रकारच्या माशाला कोणत्या प्रकारचे मसाले वापरायचे ह्याचे गणित तिथे ठरलेले असते. बहुतेक वेळा प्रॉन्स, हलवा, सुरमई, रावस, सार्डीन अशा माशाची करी बनवली जाते. त्या माशाची चव व त्यात वापरलेले वेगवेगळे मसाले ह्यांच्या कॉंबीनेशनमुळे प्रत्येक वेळी वेगळ्या चवीची फिश करी तयार होते. थोडक्यात, माशाच्या चवीप्रमाणे व त्यात वापरलेल्या मसाल्यामुळे करीची चव बदलते. अशा अनेक प्रकारच्या झणझणीत

आणि मसालेदार फिश करी केरळात बनवल्या जातात, असे मी ऐकून होते.

फिश करी व त्याबरोबर भात म्हणजे माझा वीक पॉइंट. त्यामुळे केरळला गेले, की तिथे अशा वेगवेगळ्या फिश करी खाऊन बघायच्या, असे मी मनात ठरवून टाकले होते. मजा म्हणजे आम्ही ज्या हॉटेलमध्ये राहिलो होतो तिथेच मला त्याचे अनेक प्रकार चाखून बघता आले. हॉटेलमधील शेफकडून व इतर लोकांकडूनही मला केरळी पदार्थांबद्दल विषेशकरून फिश करीबद्दल बरीच माहिती मिळाली. तिथल्या महिला कर्मचारी तर केरळी पदार्थांबद्दल व फिश करीबद्दल बोलायला एका पायावर तयार. मग काय आधी त्या पदार्थावर ताव मारायचा, मग त्याची रेसिपी विचारायची आणि खोलीत आल्यावर ती व्यवस्थित लिहून ठेवायची, असा माझा उद्योग सुरू झाला. एकीने तर मला टोमॅटोच्या रसातील फिश करीची अगदी प्रमाणासकट रेसिपी लिहून दिली व म्हणाली, की तिने आदल्या दिवशीच घरी तशी करी केली होती.

एके दिवशी हॉटेलमध्ये जेवणात अप्पम व फिश असा बेत होता. अप्पम हे वाटलेल्या तांदळात ताडी अथवा नारळाचे पाणी घालून करतात. त्याबरोबर भाज्यांचा स्ट्यू व मसालेदार फिश खाल्ला जातो. ह्यात फिशपेक्षा मसालाच जास्त असतो. पारंपरिक पद्धतीप्रमाणे ह्या प्रकारात जेवढा फिश वापरला जातो त्याच्या दुप्पट ते तिप्पट प्रमाणात मसाला असतो. तसेच तो मसाला बारीक वाटलेला नसतो. साधारणपणे अर्धा किलो मासे असतील तर अर्धा किलो चिरलेले कांदे, १ खवलेला नारळ व २ चमचे किसलेले आले घेतले जाते. मूठभर मसाले म्हणजे लवंग, दालचिनी, मिरे व जिरे भरड कुटून घेतली जातात. ही तयारी झाल्यानंतर तेलात मोहरी, मेथ्या, कढीपत्ता व लाल मिरच्या परतून त्यावर नारळ, कांदा, आले परतून घ्यावे. मीठ, तिखट, चिंचेचा कोळ व पाणी घालून त्या मसाल्यात मासे शिजवावे. अंगाबरोबर रस राहिला की वरून तळलेला कढीपत्ता, कांदा आणि लसूण घालून सर्व्ह करावे. ही सर्व माहिती व रेसिपी मला हॉटेलच्या शेफकडून मिळाली. ह्या फिशबरोबर किती अप्पम खाल्ले जातात, ते आमची मित्रमंडळीच सांगू शकतील. आम्ही सर्वांनी त्या जेवणाला अगदी मनापासून दाद दिल्याने शेफही अगदी खूश झाले.

अशा तऱ्हेने रोज दुपारच्या व रात्रीच्या जेवणात आम्ही वेगवेगळी फिश करी खात होतो. कधी पिवळट रंगाची; तर कधी हिरव्या मसाल्यातली. कधी नारळाच्या दाट दुधातली; तर कधी पातळसा रस्सा. करीला दाटपणा येण्यासाठी कधी त्यात वाटलेले काजू घातलेले असत; तर कधी तांदळाचे पीठ लावलेले असे. आंबटपणासाठी वाळवलेली कैरी, आमसूल, चिंच, टोमॅटो, लिंबाचा रस, असे पदार्थ वापरलेले असत. खोबऱ्याच्या तेलात केलेल्या अशा एकाहून एक चविष्ट फिश करी खायच्या म्हणजे आम्हा खवय्यांची चंगळच होती.

हे सगळे अनुभवत असताना आठवला तो टीव्हीवर बघितलेला मधुर जाफरीचा कुकरी शो. त्यात ती केरळातील वेताचे छत असलेल्या बोटीतून एक फूटभर लांबीचा मासा हातात घेऊन उतरते आणि थेट काठावर पेटवलेल्या चुलीजवळ जाते. तिथे एका मातीच्या द्रोणात हिरव्या गार ओल्या मिऱ्याचे घोस ठेवलेले असतात. फिश करी बनवण्याची सगळी जय्यत तयारी असते. चेट्टीतल्या खोबऱ्याच्या तेलात मोहरी, मेथी दाणे, हिरव्या मिरच्या व कढीपत्त्याची पाने तडतडतात. त्यात वाटलेले आले, लसूण, कांदा आणि खलबत्त्यात ठेचलेले मूठभर ओले मिरे टाकले जातात. तेल सुटल्यावर थोडे पाणी घालून मासा शिजवला जातो. आंबटपणाला आंबोशी घातली जाते. नारळाचे दूध घालून उकळी काढली जाते. ओल्या मिऱ्यांची फिश करी तयार. पांढऱ्या रंगाची फिश करी त्यावर टाकलेली हिरवी कोथिंबीर आणि जोडीला गरम भात बघूनच तोंडाला पाणी सुटले. मग काय ओले मिरे कुठे मिळतात, ह्याचा शोध सुरू झाला आणि चक्क आमच्या एका मित्राच्या बागेत लावलेल्या झाडाला लागलेले हिरवे मिऱ्याचे घोस मिळाले. मधूर जाफरीच्या सूचना तंतोतंत पाळून तशी फिश करी बनवली. स्वत: तर त्याचा आस्वाद घेतलाच; पण इतरांनाही खाऊ घातली.

□

टोमॅटो फिश करी :

प्रत्येकी १ चमचा हळद, लाल तिखट, धने पावडर, मिरे पावडर, चिंचेचा कोळ व चवीपुरते मीठ. हे सर्व एकत्र कालवून अर्धा किलो माशाच्या तुकड्यांना लावून ठेवावे.

१ कप लहान कांदे, १ कप खवलेला नारळ, १ इंच आल्याचा तुकडा, ६ पाकळ्या लसूण, ४ टोमॅटो हे सर्व तेलात परतून पाणी घालून बारीक वाटावे.

हे वाटण गाळण्यावर गाळून त्यातला चोथा काढून टाकावा.

अर्धा कप तेलात मोहरी, कढीपत्ता, ५ सुक्या मिरच्या, ५ लवंगा व १ इंच दालचिनीचा

तुकडा परतावा. त्यावर मसाला, माशाचे तुकडे व पाणी घालून शिजवावे. रश्श्याला हवा तेवढा दाटपणा ठेवावा.

अशी ही मस्त चव असलेली आणि करायला एकदम सोपी टोमॅटो फिश करी तयार.

☐

पाचूच्या बेटावरील चहा आणि अप्पम

“पाचूच्या बेटावरील हिरव्यागार झाडीतल्या नागमोडी वळणांच्या रस्त्यावरून आम्ही चाललो होतो. बाजूच्या दरीतून केलानी नदी वाहत होती. ह्याच परिसरात डेव्हीड लीनच्या ऑस्कर अवॉर्ड मिळवणाऱ्या 'ब्रीज ऑन दी रिव्हर क्वाय' ह्या सिनेमाचे चित्रीकरण झाले होते. रस्त्याच्या बाजूला ठिकठिकाणी हॉलिडे रिसॉर्टस आणि रेस्टॉरंट्स होती. केलानी नदीकाठची ही जागा व्हाईट वॉटर राफ्टिंगसाठी प्रसिद्ध आहे.

त्या गर्द झाडीत लपलेल्या 'राफ्टर्स रिट्रीटमध्ये' जेवायला थांबलो. रेस्टॉरंटच्या बाल्कनीच्या एका बाजूला खोल दरी, उंच उंच झाडे, त्यावरच्या फुलांनी डवरलेल्या वेली, असंख्य प्रकारचे पक्षी आणि जंगलात भटकणाऱ्यांसाठी पाऊलवाटा, असे सगळे चित्र होते. जरा पुढे जाऊन बघितले, तर अवखळपणे वाहणारी केलानी नदी आणि त्या फेसाळत्या पाण्यातून राफ्टिंगला जायच्या तयारीत असलेली मंडळी उभी दिसली.

निसर्गाचे हे रूप न्याहळत असतानाच आत जेवण लावल्याचा निरोप आला. टेबलावरील टेराकोटाच्या भांड्यांनी व त्याभोवती लावलेल्या लाल चाफ्याच्या फुलांनी लक्ष वेधून घेतले. बुफेसाठी ठेवलेले सर्व पदार्थ टेराकोटाच्या चेट्टीमध्ये ठेवले होते; तर भात, फणसाचे काप, अप्पम हे पदार्थ टेराकोटाच्या बशीत केळीचे पान घालून त्यावर ठेवले होते.”

श्रीलंकेत नारळाची मुबलकता असल्यामुळे जेवणातले बहुतेक सगळे पदार्थ नारळ घालून बनवलेले होते. तांदळाच्या पिठाची उकड करून त्याचे बारीक शेवेच्या सोऱ्याने केलेले इडीअप्पम व त्याबरोबर नारळाच्या दुधातली झणझणीत फिश करी तर एकदम अफलातून चवीची होती. श्रीलंकेत लालसर रंगाचा तांदूळ म्हणजे रेड राईस खूप वापरत असल्यामुळे तिथे लालसर आणि पांढऱ्या अशा दोन रंगाचे इडिअप्पम

होते. ह्या भागातल्या सगळ्याच रेस्टॉरंटमध्ये इडिअप्पम किंवा भात आणि त्याबरोबर फिश करी हा मेन्यू ठरलेला असतो. शेजारी आपले नेहमीचे अप्पम बनवले जात होते. त्यात एक वेगळा प्रकार खाल्ला तो म्हणजे अंडे घातलेले अप्पम. त्याच्या जोडीला लालचुटूक रंगाचे झणझणीत सांबर होते. नारळ, मिरच्या, कांदा, लसूण, चिंच आणि मीठ घालून सरबरीत वाटलेले हे सांबर प्रत्येक श्रीलंकन जेवणात असतेच.

ओल्या काजूची भाजी, फणसाची भाजी आणि नारळाचे पुडिंग अशा एकाहून एक चविष्ट पदार्थांवर ताव मारून आम्ही पुढच्या प्रवासाला निघालो. हळूहळू रस्त्याच्या दुतर्फा हिरवेगार चहाचे मळे दिसू लागले. त्या मळ्यांत रंगीबेरंगी कपडे घातलेल्या बायका पाठीवर वेताच्या टोपल्या बांधून चहाची पाने खुडत होत्या. डोंगराची उतरण आणि त्यावर टप्पे, टप्पे करून लावलेली चहाची झुडपे, डोंगराच्या वरच्या भागावर सायप्रस आणि युकॅलिप्टसची झाडे आणि त्यातून जाणारा वळणावळणाचा रस्ता. हे दृश्य पाहिल्यावर आम्हा सर्वांनाच चहाची हुक्की आली. मग 'टी कॅसल' येथे चहा घ्यायला थांबलो.

टी कॅसल हा मध्ययुगीन स्कॉटिश पद्धतीचा किल्ला असून तो जेम्स टेलर ह्यांची आठवण म्हणून बांधण्यात आला आहे. जेम्स टेलर हे सिलोन चहाचे फादर प्लांटर म्हणून ओळखले जातात. ह्या किल्ल्यासमोर साधारणपणे बारा ते पंधरा फूट उंचीचा

एक भला मोठा तांब्याचा बंब आहे. तो जरी बंबासारखा दिसत असला, तरी तो बंब नसून जुन्या पद्धतीची चहाची किटली आहे. किल्ल्याच्या मुख्य प्रवेशद्वारातून आत शिरताच समोर असलेली २२ कॅरट सोन्याची ही किटली सर्वांचे लक्ष वेधून घेते. लाकडाचे फ्लोअरिंग आणि भिंतीवर चहाचा इतिहास सांगणारे फोटो लावलेला पॅसेज आपल्याला टी म्युझियमकडे घेऊन जातो.

किल्ल्याच्या एका बुरूजामध्ये 'टी म्युझियम' आहे. टी म्युझियममध्ये चहा करण्यासाठी ज्या ज्या गोष्टी लागतात त्या म्हणजे चहाचे कप, किटल्या, गाळणी, चहाची भांडी असे ठेवले आहे. एका बाजूला श्रीलंकेत चहा कसा आला इथपासून त्याचा आजचा प्रवास व आज तिथे होणाऱ्या असंख्य चहांचे प्रकार ह्याची माहिति लिहिली आहे. दुसऱ्या बुरूजामध्ये चहा आणि विविध प्रकारच्या पेस्ट्रीज मिळणारे रेस्टॉरंट आहे. त्या बुरूजावर टेबल मांडून त्यावर चहाचा सरंजाम ठेवण्यात आला होता. समोर दिसणारा धबधबा, हिरवेगार चहाचे मळे आणि हवेतला सुखद गारवा अशा वातावरणात चहा पिण्याची मजा काही औरच होती. त्या जागेवर आणि उत्कृष्ट चवीच्या चहावर आम्ही बेहद्द खूश झालो. चहाचे घुटके घेताना सर्वांच्याच तोंडातून उद्‌गार निघाले, "आहा, मस्त!"

□

लेमन अँड ऑरेंज आईस टी

१ कप कडक चहा, १ चमचा साखर, १ कप ऑरेंज ज्यूस, २ चमचे लिंबाचा रस, २/३ थेंब आल्याचा रस.

हे सगळे पदार्थ एकत्र करावेत.
एका उंच ग्लासात बर्फाचा चुरा घालून त्यावर चहा व ऑरेंज ज्यूसचे मिश्रण घालावे. वरून ग्लास भरेपर्यंत लेमोनेड ओतावे. एक ग्लास आईस टी साठी अर्धा कप चहाचे मिश्रण व अर्धा कप लेमोनेड लागते. ग्लासच्या कडेला लिंबाची चकती लावून तो सजवून घ्यावा.

□

फणसाची भाजी

> *श्रीलंकेला खाल्लेल्या नारळाच्या दुधातल्या फणसाच्या भाजीची आणि फणसाच्या कापांची चव अजून ताजी ताजी असतानाच एक दिवस मी आमच्या जेवणघराच्या खिडकीपाशी गेले. तिथून दिसत होते परसदारी असलेले आमचे फणसाचे झाड. झाडाच्या बुंध्यावर फांद्यांमधून पोपटी रंगाच्या नाजूक कळ्या दिसायला लागल्या होत्या. मनात आले आता हळूहळू त्या कळ्यांतून पाणकणसासारखे दिसणारे छोटे छोटे फणस डोकावणार आणि मग आकार-उकार घेत घेत त्या लहान मोठ्या फणसांनी झाडाचा खालचा भाग भरून जाणार. काटेरी आणि पिवळट रंगाच्या लहान लहान फणसांनी लगडलेले ते झाड फारच छान दिसायला लागणार. मी कितीतरी वेळ त्या झाडाकडे खिडकीतून कौतुकाने बघत जुन्या आठवणींमध्ये रंगून गेले.*

मला लहानपणी आजी आजोबांबरोबर गणपतीपुळ्याला गेल्याचे आठवते. तिथे शेंडेशास्त्री ह्यांच्या घरी मोदकाच्या जेवणाचा बेत होता. त्या जेवणात मी पहिल्यांदा फणसाची भाजी खाल्ली आणि तेव्हापासून ती मला आवडायला लागली. जेवताना ती भाजी कसली आहे, ते कळले नाही; पण ती आवडली खरी! पानात पहिले वाढलेले संपवायचे, अशी आजीची शिस्त असल्याने बाकी भावंडांनी ती भाजी नाइलाजाने संपवली, पण मी मात्र अगदी आवडीने पहिली वाढलेली तर संपवलीच आणि दुसऱ्यांदा मागूनही घेतली. त्यानंतर 'आमच्या मृणालला फणसाची भाजी फार आवडते, नाही तर हल्लीच्या मुलांना असल्या भाज्या खायची मुळीच सवय नसते,' असे आजी दर वेळी कोणा ना कोणाला अगदी कौतुकाने सांगायची. तरी बरे प्रत्येक वेळी ऐकणारा वेगळा असायचा.

लग्न ठरल्यावर माझ्या सासरच्या लोकांजवळही बहुतेक तिचे हे फणसाची भाजी कौतुक पुराण सांगून झाले असणार. लग्नानंतर काही दिवसांनी परसदारच्या झाडाचे फणस काढून त्याची घरी भाजी करण्याचा घाट घातला गेला. कारण अर्थातच

'मृणालला ही भाजी फार आवडते,' हे होते. फणसाची भाजी म्हणजे आपल्याकडे अगदी डेलिकसी समजली जाते. वर्षातले फक्त दोन-तीन महिनेच हे भाजीचे फणस मिळतात, म्हणून त्याचे अप्रूप. आतापर्यंत मी फक्त तयार झालेली फणसाची भाजी खाल्ली होती. ती कशी करायची, ह्याची कृती मला माहीत होती; पण स्वत:च्या हाताने करायची कधी वेळच आली नाही.

भाजीचा फणस आतून चिकट असतो व तो कापताना बराच खाटाटोप करावा लागतो, ह्याची मला मुळीच कल्पना नव्हती. तो चिरताना मी कधी बघितले नव्हते. हाताला तेल लावूनसुद्धा हात, विळी सगळे त्या चिकाने चिकट होत आहे, हे समोर दिसत होते. सगळाच प्रकार अगदी नकोसा वाटणारा होता. नाइलाजाने का होईना, फणस चिरायला मदत करावी लागली. तो सगळा प्रकार बघून मनातून खूप चिडचिड होत होती, पण करणार काय? सासरी होते ना! मदत न करून कसे चालेल! मनात नसताना फणस चिरायचे 'प्रॅक्टिकल' झाले आणि भरपूर तेल लावूनसुद्धा हाताला चिकटणाऱ्या पांढऱ्या चिकाच्या तारा आणि साबण लावूनही स्वच्छ न होणारे हात यांचा अनुभव घेतला. काळ्याभोर ग्रॅनाइटच्या ओट्याला चिकटलेला तो चीक, त्या चिकाने चिकट झालेले स्वयंपाकघरातले बेसिन, चार-चार वेळा घासूनसुद्धा चिकटपणा न गेलेले पातेले बघितले आणि फणसावरची माझी मर्जीच उडाली. एके काळी खूप आवडणारी ही भाजी मला अजिबात खावीशी वाटेना. मला आवडते म्हणून मुद्दाम केलेली ती भाजी खाण्याचा मला आग्रह केला जात होता. काही न बोलता पानात वाढलेली ती भाजी मी कशीबशी संपवली आणि त्यानंतर फणसाच्या भाजीला कित्येक दिवस हातसुद्धा लावला नाही.

एके दिवशी दुपारी टीव्हीवर पाककृतींचा कार्यक्रम बघत होते. कार्यक्रमाच्या यजमानीणबाई अवघड वाटणारे पदार्थ सोप्या पद्धतीने कसे करायचे, याचे प्रात्यक्षिक दाखवणार होत्या. ते पदार्थ पटकन कसे करायचे त्याच्या युक्त्याही सांगणार होत्या. त्या दिवशीचा पदार्थ होता फणसाची भाजी! ते ऐकून चिकाने लडबडलेल्या वस्तू आणि माझे चिकट झालेले हात डोळ्यांसमोर आले आणि मी टीव्ही बंद करायला रिमोट हातात घेतला. तेवढ्यात कानांवर शब्द पडले, की "आता फणस चिरणे पूर्वीसारखे कटकटीचे राहिले नाही. तो कापायची अगदी सोपी पद्धत मी आता सांगणार आहे." मी कान टवकारले आणि ऐकू लागले. यजमानीणबाई सांगत होत्या, "घरच्या झाडाचा फणस काढणार असाल तर तो तोडल्यावर तास-दोन तास तसाच देठ खाली करून ठेवा, म्हणजे त्यातला बराचसा चीक निघून जाईल. फणस भाजीवालीकडून आणला असेल तर काही प्रश्नच नाही." मग सुरू झाले फणस चिरायचे प्रात्यक्षिक. मी ते बघायला सरसावून बसले.

यजमानीणबाईंनी अख्खाच्या अख्खा फणस प्रेशर कुकरमध्ये ठेवला. त्यावर दोन तीन भांडी पाणी घातले आणि कुकरचे झाकण लावून गॅस चालू केला. चार-पाच शिट्ट्या झाल्या तरी गॅस बंद करायचे नाव नाही. आणखी तीन म्हणजे साधारणपणे सात-आठ शिट्ट्यांनंतर त्यांनी गॅस बंद केला. आता तो फणस गार व्हायला निदान अर्धा तास तरी पाहिजे; पण यजमानीणबाईंनी उकडून गार केलेला फणस आपल्याबरोबर आणला होता. आश्चर्य म्हणजे त्यांनी सुरी घेऊन त्या फणसाच्या अगदी लीलया तीन चकत्या केल्या आणि वरची काटेरी साल हलक्या हाताने त्याच सुरीने काढून टाकली. आतला भाग हातानेच अलगदपणे सोडवला. भाजीसाठी फणस चिरून तयार. चीक नाही की चिकटपणा नाही. माझा तर डोळ्यांवर विश्वासच बसला नाही. हे सर्व दाखवत असताना आता ही भाजी करणे पूर्वीपेक्षा कसे सोपे झाले आहे, ते वेगवेगळ्या प्रकारांनी सांगणे चालू होते. प्रात्यक्षिक व त्यातला सोपेपणा बघून मी एकदम खूश झाले व परत एकदा फणसाची भाजी खायची इच्छा झाली. काजू-खोबऱ्यांनी सजवलेली फणसाची भाजी लागते एकदम खास, याची मला परत एकदा नव्याने जाणीव झाली.

लगेच त्याच संध्याकाळी अनेक वर्षे माझ्याकडून दुर्लक्षित झालेल्या मागच्या दारच्या फणसाच्या झाडापाशी गेले. ते लहान लहान फणस आनंदाने का चेष्टेने माहीत नाही; पण माझ्याकडे बघून हसत होते. म्हणत होते, "आता कशी आली परत!" मी मनापासून त्यांची माफी मागितली. बिचाऱ्यांचा काही दोष नसताना मी उगाचच त्यांचा राग राग केला, पण टीव्हीवरच्या कार्यक्रमामुळे माझे डोळे उघडले. मी परत त्या झाडाची काळजी घेऊ लागले आणि त्याच्या सोबतीने जुन्या आठवणीत रंगूनही जायला लागले. आता फणसाच्या झाडाची आणि माझी दोस्ती अधिकच घट्ट झाली आहे.

मार्च-एप्रिल महिना आला, की मला फणसाच्या भाजीचे वेध लागतात. टीव्हीवरच्या कार्यक्रमाच्या यजमानीणबाईंनी दिलेल्या सर्व सूचनांचे पालन करून हात किंवा कोणतीही वस्तू चिकट न करता मी एक दिवस फणसाची भाजी केली. करायला इतकी सोपी; मग काय, झाडावरचे फणस संपेपर्यंत कोणा ना कोणाला जेवायला बोलावून घरच्या फणसाची भाजी खाऊ घालण्याचा मी सपाटाच लावला. एकदा तर क्लबच्या जेवणाला आठ-नऊ फणसांची भाजी करून नेली आणि सर्वांची शाबासकी मिळवली. त्या दिवशी भाजी एकदम मस्त जमली होती. सर्वांनी माझे कौतुक केले. खरे म्हणजे सगळ्यांनाच फणसाची भाजी खूप आवडते, पण करायला फार कटकटीची असल्याने फारसे कोणी त्या फंदात फडत नाही.

मीही मग अगदी नवा शोध लावल्यासारखा फणस कसा शिजवायचा, कसा कापायचा याचे रसभरीत वर्णन त्यांना ऐकवले. सगळे किती सोपे आहे, ते सांगितले.

बरेच वेळा ही भाजी करून करून व त्याविषयी बोलून मी 'फणस कापणे व त्याची भाजी करणे' या विषयावर प्रभुत्व मिळवले आहे, असे मला वाटू लागले. तेव्हापासून फणसाची भाजी करावी तर मीच, असे ठरून गेले. 'किती ग खटाटोप केलास!' इथपासून 'आम्ही नाही बाई असल्या भाज्या खात' किंवा 'आम्ही नाही अशी करत,' म्हणून वेगळ्या प्रकाराने ती कशी करायची तेही ऐकले. त्यामुळे बारीक चिरलेल्या फणसात कांदा, आले व लसूण घालून त्याचा खिमा, गरम मसाला घालून लसणीची फोडणी देऊन केलेली भाजी किंवा फणसाचे कटलेट असे फणसाचे बरेच नवे पदार्थ शिकायला मिळाले.

परसबागेतील छोटे छोटे फणस लागलेल्या त्या झाडाकडे बघत, मग माझे बेत सुरू होतात. नुसते फणस काढून कोणाला पाठवायचे, भाजी करून कोणाला पाठवायची, कोणाला जेवायला बोलवायचे त्याबरोबर आणखी काय करायचे ते ठरते. कोणाकोणाकडून शिकलेल्या व वाचनात आलेल्या वेगवेगळ्या प्रकारांनी मी फणसाची भाजी करते. माझ्या बहुतेक सगळ्या मित्रमंडळींना व नातेवाइकांना ती आवडते. निदान सगळेजण तसे म्हणतात तरी, पण मला आपली लहानपणी शेंडेशास्त्रींकडे खाल्लेली आणि त्यानंतर आजीच्या हातची काजू खोबरे घालून केलेली भाजीच मनापासून आवडते.

□

फणसाची भाजी

साहित्य : ३ वाट्या उकडलेला फणस, अर्धी वाटी उकडलेले ओले हरभरे, मूठभर शेंगदाणे व डाळे, मूठभर काजू, ४ सुक्या लाल मिरच्या, २ लहान चमचे धनेपूड, १ लहान चमचा जिरेपूड, ४/५ पाने कढीलिंब, वाटीभर खोबरे व कोथिंबीर. मीठ-गुळ चवीप्रमाणे.

कृती : भरपूर तेलाची खमंग फोडणी करून त्यात लाल मिरची, कढीलिंब, काजू, दाणे व डाळे परतून घ्यावे. काजू व दाणे लालसर झाले, की त्यात उकडलेला फणस, हरभरे, धने-जिऱ्याची पूड आणि मीठ साखर घालावे. झाकण घालून भाजीला चांगली वाफ द्यावी. खोबरे, कोथिंबीर घालून एकसारखे करावे. फणसाची भाजी तयार.

□

स्पॅनिश केशर

“ पोर्तुगालला गेलो असताना एलवास व लिस्बन ह्या दोन्ही ठिकाणी आमची रहाण्याची व्यवस्था गेस्ट हाऊसमध्ये करण्यात आली होती. एलवासच्या गेस्ट हाऊसच्या मालकीणबाई म्हणजे सोफिया. तिने आपल्या टुमदार बंगल्यातल्या चार खोल्यांचे गेस्ट हाऊस केले आहे. बंगल्याच्या आवारात तिची लहानशी बेकरी व तयार झालेले पदार्थ विकण्यासाठी लहानसे दुकान आहे.

एलवास हे पोर्तुगालमधील छोटेसे टुमदार गाव. पोर्तुगीज वास्तुस्थापत्याचा उत्तम नमुना असलेल्या इमारती व जागोजागी असलेले सुंदर पुतळे असलेले हे गाव पोर्तुगाल व स्पेनच्या सीमेवर आहे. ह्या गावात बघण्यासारखे जे आहे त्यासाठी दोन दिवस पुरेसे होतात, त्यामुळे आमच्या हाताशी बराच वेळ होता. हा वेळ सत्कारणी लावायचा असेल, तर जवळच असलेल्या स्पेनमधील बडाजोस ह्या गावी खरेदीसाठी जावे, अशी टूम निघाली. त्यासाठी जाण्यायेण्याची व्यवस्था काय आहे, तिथे कसे जायचे, काय बघायचे, ही सगळी चौकशी करायला आमचा मोर्चा आम्ही सोफियाकडे वळवला. आमचा पुढील दोन दिवसांचा कार्यक्रम ठरवण्यासाठी तिथे आम्ही बसलो. सोफिया पोर्तुगाल व स्पेनचा नकाशा घेऊन तयारच होती. ”

आम्हाला स्पॅनिश केशर घ्यायचे आहे, हे ऐकून ती चांगलीच खूश झाली व तिने आम्हाला एक सुंदर प्लॅन करून दिला. एलवासपासून जवळच तिच्या बहिणीची लॉनाची केशराची शेते आहेत. लॉना व तिचा स्पॅनिश नवरा ही दोघे बडाजोसजवळच आपल्या शेतावर रहातात. तिथे जायचे आहे का, असे सोफियाने विचारले. खरे तर केशराची शेती हा प्रकार आम्हाला सर्वांनाच नवीन होता. ती समोर विचारत आहे तर जाऊन यावे, असा आम्ही विचार केला. ‘आंधळा मागतो एक डोळा आणि देव देतो दोन डोळे’, तसे आमचे झाले. तिने लगेचच लॉनाला फोन करून आमचा कार्यक्रम पक्का करून टाकला.

केशराची फुले

केशराच्या शेतावर सूर्योदयाच्या आधी जावे लागते, त्यामुळे आम्ही पहाटे साडेपाचला तिथे पोहचलो. शेताची मालकीणबाई लॉना केशर घातलेला चहा घेऊन आमच्या स्वागताला हजर होती. हो, इथल्या चहाची खासियत म्हणजे त्यात केशर घातलेले असते. नुकतेच तांबडे फुटू लागले होते. त्या मस्त वातावरणात थोडेसे चालत गेल्यावर समोर नुसते जांभळ्या फुलांचे लांब लांब ताटवे दिसायला लागले. नुकतीच उमललेली हजारो लाखो जांभळी फुले. हवेत जाणवणारा किंचितसा गारवा आणि वातावरणात पसरलेला मंद सुवास. ह्याच्या जोडीला दुरून ऐकू येणारे गाण्याचे सूर. शब्दांत न सांगता येणारे ते वातावरण आणि समोरचे दृश्य आम्ही डोळ्यांत साठवून ठेवत होतो.

केशराचा उगम हा आशिया खंडातला मानला जातो. मूर लोकांनी ते स्पेनमध्ये नेले व तिथे त्याची लागवड केली. अरेबिक भाषेतील जाफरान म्हणजे पिवळा रंग ह्या शब्दावरून केशराला सॅफरन हे नाव मिळाले असावे. आज जगातले ६०टक्के केशर एकट्या स्पेनमध्ये पिकते. मध्य स्पेनच्या उंच पठारावरील कस्टीला-ला-मांचा ह्या भागात मोठ्या प्रमाणावर केशराची लागवड केली जाते. होरपळून टाकणारा कडक उन्हाळा आणि कडाक्याची थंडी अशी ह्या पठारावरची हवा केशराच्या लागवडीसाठी अगदी पूरक आहे. अशा ह्या स्पेनमध्ये केशराची शेती कशी केली जाते, ते कसे तयार होते, हे सर्व बघण्याचा योग आला.

केशराच्या झाडाचे कांदे असतात व ते साधारणपणे जुलै-ऑगस्ट महिन्यात लावले जातात. सप्टेंबरमध्ये जमिनीची खुरपणी व खतपाणी घालून मातीची मशागत केली जाते. हळूहळू ह्या झाडांवर कळ्या धरू लागतात. ऑक्टोबरच्या शेवटी व नोव्हेंबरच्या

सुरुवातीला ही केशराची शेते जांभळ्या रंगाच्या फुलांनी भरून गेलेली असतात. ह्या झाडांवर फक्त दोन आठवडे फुले उमलतात, त्यामुळे हा सारा सुगीचा काळ केवळ दहा ते पंधरा दिवसांचा असतो. ह्या दिवसांत सगळे गावकरी आपल्या नातेवाइकांसह केशराच्या शेताकडे वळतात. इथे काम करणे तसे कष्टाचे व परिश्रमाचे असते. एकदा का झाडावर फूल उमलले की ते लगेचच तोडावे लागते. कारण ते उमललेल्या स्थितीत राहिले, तर बाहेरील वातावरणामुळे त्याचा वास कमी होण्याची शक्यता असते. हे झाड खूपच बुटके असल्याने खाली वाकून एकेक फूल तोडावे लागते. पाठीवर वेताच्या टोपल्या बांधून खाली वाकून फुले तोडताना पाठ मोडून जाते; पण ते जाणवू नये व काम करायला उत्साह यावा, म्हणून फुले तोडत असताना हे लोक गाणी गात असतात. त्यामुळे हे एकसुरी काम करताना त्यांना उत्साह येतो. ह्या शेतावर आम्हाला स्पॅनिश केशराबरोबरच स्पॅनिश लोकसंगीतही ऐकायला मिळाले.

उन्हाची तीव्रता जाणवायला लागायच्या आत केशराची फुले झाडावरून तोडावी लागतात. एकदा ही फुले तोडून झाली, की ती सावलीत आणली जातात. आपण बघतो त्या केशराच्या काड्या म्हणजे ह्या फुलातील वाळलेले पराग. प्रत्येक फुलात पिवळ्या व केशरी अशा दोन रंगांचे पराग असतात. त्यापैकी केशरी पराग म्हणजेच केशराच्या काड्या. पिवळे पराग वगळून फक्त केशरी पराग उपटून काढण्याचे काम अगदी जिकीरीचे व नाजूकपणे करावे लागते. पराग काढण्याचे काम अगदी भराभर करावे लागते व त्यासाठी कसलेले हात व नजर लागते. ती वर्षानुवर्षे काम करूनच मिळते.

साधारणपणे दीडशे फुलांतले पराग काढले, तर त्यापासून केवळ एक ग्रॅम वाळलेले केशर मिळते. केशरी पराग काढल्यानंतर जाळीवर टाकून अगदी मंद आचेवर गरम केले जातात. केशराचा उत्तम रंग व वास हे ते व्यवस्थितपणे भाजण्यावर अवलंबून असते. त्यामुळे केशराच्या काड्या भाजण्यातच खरे कौशल्य पणाला लागते. पूर्वी ते नैसर्गिकरित्या वाळवले जायचे, पण त्या प्रक्रियेत केशर बराच काळ उघडे राहत असल्यामुळे वातावरणाचा त्यावर परिणाम होऊन त्याचा वास कमी होतो, असे दिसून आले. त्यामुळे हल्ली ते विजेच्या साहाय्याने वाळवले जाते. ह्याला वेळ खूपच कमी लागतो. सुकल्यावर तो पराग आकसून त्याचा आकार मूळ आकाराच्या एक पंचमांश एवढा कमी होतो व त्याला गडद रंग येतो. एकदा का सुंदर रंगाचे आणि उत्तम वासाचे केशर तयार झाले आणि ते व्यवस्थित पॅक करून झाले, की सगळेजण खुशीत असतात. मग नुसता जल्लोश. हा काळ सर्वजण एखाद्या सणासारखा साजरा करतात.

केशराच्या हंगामात शेतावर काम करणाऱ्या लोकांची टोळी असते. पिढ्या न्

पिढ्या ते हेच काम करत असतात. लहानसे शेत असेल, तर कुटुंबातील लहान-मोठे सर्वजण ह्या दिवसांत बाकी सगळी कामे सोडून शेतावर काम करायला येतात. त्यांच्या दृष्टीने हा काळ म्हणजे एखादा उत्सव असल्यासारखेच असते. दिवसभर अंग मोडून शेतावर काम आणि मग रात्री सर्वांचे गप्पा-गोष्टी करत एकत्र जेवण, असा सगळा त्या दिवसांतला कार्यक्रम असतो. लॉनाकडे आम्हाला चहा घेऊन येणारी मुलगी आपल्या आईबरोबर वयाच्या सहाव्या वर्षापासून केशराच्या शेतावर काम करायला येते. पराग काढण्याचे काम अतिशय एकाग्रतेने करावे लागते व ते करताना तरतरी यावी म्हणून हे लोक मधून मधून केसर घातलेला चहा पीत असतात.

स्पेनमध्ये केशराची अशी कित्येक शेते आहेत व हल्ली तिथे पर्यटकांसाठी खास सहलींचे आयोजन केलेले असते. शेत बघून झाल्यावर 'स्पॅनिश पाईया'सारखे अनेक केशरयुक्त पदार्थ त्यांना खिलवले जातात. केशराचा उपयोग फक्त खाण्याच्या पदार्थातच केला जातो असे नाही, तर त्यात अनेक नैसर्गिक वैद्यकीय गुणधर्म आहेत. हजारो वर्षांपासून वैद्यकशास्त्रात केशराचा उपयोग केला जातो. क्लिओपात्रा आपल्या आंघोळीच्या पाण्याला सुगंध येण्यासाठी त्यात केशर टाकत असल्याचे व इतर सौंदर्य प्रसाधनांत त्याचा उपयोग करत असल्याचे ऐकिवात आहे. ग्रीसमध्ये तर झोप न येण्यासाठी व वाईन पिऊन आलेला हँगओव्हर जाण्यासाठी केशर वापरतात.

ग्रीस, स्पेन, काश्मीर, इराण, टर्की ह्या भागांतले केशर प्रसिद्ध आहे, पण त्यातसुद्धा काश्मीर व स्पॅनिश केशर उत्तम दर्जाचे मानले जाते. प्रकाशाचा आणि वातावरणातील प्रदूषणाचा केशराच्या वासावर व रंगावर चटकन परिणाम होतो, त्यामुळे ते नेहमी घट्ट झाकणाच्या डबीत घालून सावलीत ठेवावे लागते. केशराचा रंग पदार्थात पूर्णपणे उतरण्यासाठी त्याची पूड केली जाते व ती कोमट दुधात मिसळून ते दूध पदार्थावर घातले जाते. नुसत्या काड्या वापरल्याने त्या पदार्थाला स्वाद मिळतो, पण म्हणावा तसा रंग चढत नाही.

केशर हा एक अतिशय आकर्षक रंगाचा आणि अगदी वेगळ्या वासाचा पदार्थ आहे. आज जगातील मौल्यवान व सर्वात महाग मसाल्याचा पदार्थ म्हणून केशराकडे बघितले जाते. बहुतेक सर्वच खाद्यसंस्कृतींमध्ये केशराने आपले विशिष्ट स्थान मिळवले आहे. जिलेबी, श्रीखंड, मोतीचूर लाडू अशांसारखी भारतीय पक्वान्ने तर केशराच्या स्वादाशिवाय होऊच शकत नाहीत. तर अशा ह्या केशराची तुलना सोन्याशीही केली जाते. कारण एके काळी केशराचा आणि सोन्याचा भाव सारखाच होता. स्पॅनिश लोक म्हणतात, की ऑलिव्ह ऑईल म्हणजे द्रव स्वरूपातले तर केशर म्हणजे आमचे घन स्वरूपातले सोने आहे.

□

खवय्ये पोर्तुगीज

पोर्तुगाल हा अप्रतिम निसर्गसौंदर्याने नटलेला सुंदर देश आहे. त्या देशातील 'खवय्ये' व 'हॅपी गो लकी' लोक आणि एकाहून एक चविष्ट असे अस्सल पोर्तुगीज पदार्थ ह्यामुळे मला तो देश अधिकच सुंदर वाटला. पोर्तुगीज माणूस जन्मतःच खवय्या आहे. उत्तमोत्तम पदार्थ तयार करणे, खाणे व त्यावर तास न् तास चर्चा करणे त्याला मनापासून आवडते. एलवासप्रमाणेच लिस्बनलादेखील आम्ही सोफियाची मैत्रीण रोझी हिच्या गेस्टहाऊसमध्ये राहिलो होतो. त्या दोघींनी आमची उत्तम बडदास्त ठेवली होती. आमच्यासाठी त्या वेगवेगळे पोर्तुगीज पदार्थ बनवत व ते बघण्यासाठी आम्ही त्यांच्या स्वयंपाकघरातदेखील जात असू. आमच्या त्या दोघींशी खूप गप्पा होत. स्थानिक पदार्थ खाऊन बघण्यासाठी त्यांनी आम्हाला वेगवेगळी ठिकाणे सुचवली. त्यांनी सांगितलेल्या जागी जाऊन आम्ही खास पोर्तुगीज पदार्थ चाखून बघितले आणि पोर्तुगीज खाद्यसंस्कृतीची छान ओळख करून घेतली.

पोर्तुगीज जेवणात असंख्य प्रकारचे मासे असतात व ते बनवताना त्यात नारळही मुबलक वापरलेला असतो. देशाच्या प्रत्येक भागात पदार्थ बनवण्याच्या पद्धती निरनिराळ्या असल्या, तरी नारळ वापरून केलेला तिखट रस्सा व भात हा अनेकांचा विशेष आवडता पदार्थ आहे. त्यांच्या जेवणातले इतर पदार्थ म्हणजे पोर्क, सॉसेजेस, बटाटे व निरनिराळ्या प्रकारचे ब्रेड. सॉसेजेसचे तर तिथे असंख्य प्रकार असतात. ते कधी नुसते तळून, भातात घालून, करी करून तर कधी बेक्डडिशमध्ये घालून असे सकाळच्या न्याहरीपासून ते रात्रीच्या जेवणापर्यंत कधीही खाल्ले जातात.

पोर्तुगीज लोकांना जेवणाच्या आधी वाईन लागतेच. घराघरांतून आणि लहान रेस्टॉरंटमध्ये तर सर्रास वाईन बनवली जाते. हे लोक अशा मस्त चवीच्या वाईनचे घुटके घेत, त्याबरोबर निरनिराळे चविष्ट पदार्थ खात, आरामात सुट्टी घालवणे पसंत करतात. शेळीच्या दुधापासून बनवलेल्या चीजचे पदार्थ, सॉसेजेस, लोण्यात परतलेल्या गोगलगायी व ऑलिव्हज हे वाईनबरोबर खाण्याचे खास पदार्थ समजले जातात.

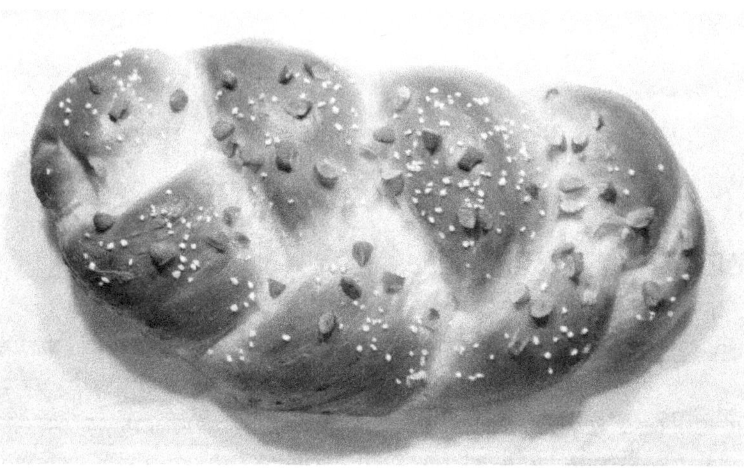

लिस्बनहून वाईनचे गाव म्हणून ओळखल्या जाणाऱ्या पोर्तोला जाताना रस्त्याच्या दुतर्फा नुसते द्राक्षाचे मळेच मळे दिसत होते. त्या भागात अनेक वाईनरीज आहेत. प्रसिद्ध पोर्टवाईन हे नाव पोर्तो गावावरूनच पडले आहे. पोर्तोमध्ये पोर्टवाईनमध्ये शिजवलेले पदार्थ खाण्याचा योग आला.

पाव म्हणजे इथल्या लोकांचे मुख्य अन्न. कोपऱ्या कोपऱ्यावर बेकरीज असतात व तिथल्या भट्टीत ताजे ताजे पाव व असंख्य प्रकारचे गोड व तिखट पदार्थ तयार होत असतात. बेकरी शेजारीच रंगीत छत्र्या व त्याखाली एक-दोन टेबले मांडलेली असतात. तिथे बसून पॅटीस, पेस्ट्रीज, पफ्स, केक्स व त्यासोबत गरमागरम कॉफीचा आस्वाद घेता येतो. पोर्तुगालमधल्या बऱ्याच पेस्ट्रीजना 'एन्जेल्स चेस्ट', 'नन्स बेली', 'केक फ्रॉम हेवन' अशी गमतीदार नावे दिलेली आढळली. अठराव्या शतकापासून पोर्तुगीज चर्चमधल्या नन्स पेस्ट्रीज बनवून त्याची विक्री करत आहेत. त्यांनीच बहुदा ही नावे दिलेली असावीत. कॉफी हे पोर्तुगीजांचे अगदी आवडते पेय. तिथे प्रत्येक गावातील लहानशा गल्लीबोळातदेखील कॅफेज दिसतात. पोर्तुगीज माणूस आपल्या आयुष्यातला बराच वेळ व पैसा अशा कॅफेजवर खर्च करतो.

एलवास हे गाव दहा मजली उंच अशा ॲक्वाडक्टला लागून वसलेले आहे. तिथे गेलो असताना त्या भल्या मोठ्या ॲक्वाडक्टला लागून असलेल्या मोकळ्या जागेत एक प्रदर्शन भरलेले दिसले. त्या प्रदर्शनात इतर वस्तूंबरोबर खाण्याचे स्टॉल्सही दिसले. भाषेची अडचण असल्याने आम्ही जरा जास्त गर्दी असलेल्या फूड स्टॉलवर गेलो. तिथे एक हिरव्या रंगाचा व एक लालभडक तवंग आलेला रस्सा उकळत होता. हे दोन रस्से वापरून माशाचे, पोर्कचे व सॉसेजेसचे निरनिराळे पदार्थ बनवले जात

होते. आम्ही त्या स्टॉलवरचे खास पदार्थ खाऊन बघायचे ठरवले. स्टॉलवाल्यांनी दोन सॉसेजेस व थोडे लहान आकाराचे बटाटे तळून एका खोलगट बशीत ठेवले व त्यावर डावभर लाल रस्सा घातला. त्याबरोबर लांबुडक्या आकाराचा तीळ लावलेला ब्रेड दिला. ह्या रश्शात कांदा, लसूण, खोबरे व लाल मिरच्यांचे वाटण घातले होते. दुसरा पदार्थ म्हणजे माशाचा एक वेगळाच प्रकार होता. एका बशीत भाताची मूद ठेऊन त्यावर हिरवा रस्सा घातला व त्यावर तळलेल्या माशाचे दोन तुकडे ठेवले. हा हिरवा रस्सा भरपूर कोथिंबीर, हिरव्या मिरच्या लसूण व खोबरे वाटून केला होता.

स्टॉलला लागूनच कोळशाची भली मोठी शेगडी पेटवली होती व त्यावर वेगवेगळे मीट भाजले जात होते. ग्रील्ड मीटबरोबर खाण्यासाठी बऱ्याच प्रकारचे सॉस ठेवले होते. हवेत छान गारवा असल्यामुळे हे गरमागरम पदार्थ खायला खूप मजा आली. मला इथे लांब तांदळाचा मोकळा भात मोठ्या हॉटेलमधील बुफे सोडून कुठेच आढळला नाही. सगळीकडे पांढरा चिकटसर भात असायचा. असा भात व माशाचा किंवा पोर्कचा रस्सा हे सर्वसामान्य पोर्तुगीज घरातील मुख्य अन्न. बहुतेक वेळा भाताची मूद पाडून त्यावर रस्सा घातला जातो.

वास्को-द-गामा ह्या लिस्बनमधील सर्वात उंच इमारतीच्या वरच्या मजल्यावर खास पोर्तुगीज पदार्थ मिळणारे रेस्तराँ आहे. तिथून लिस्बनचे विहंगम दृश्य बघत बुफेमधले अनेक पदार्थ खाऊन बघता आले. त्यातले काही पदार्थ आपल्या झणझणीत कोल्हापुरी पदार्थांनाही मागे टाकतील असे होते. तिथला मला आवडलेला एक पदार्थ म्हणजे बटाट्यात भरलेले सॉसेजेस. ते तळून मटार व ऑलिव्हजबरोबर सर्व्ह केले होते. डेझर्ट म्हणून आइस्क्रीम व पेस्ट्रीज होत्याच, पण नारळाच्या दुधापासून बनवलेली अनेक पुडिंग्ज व सुफलेही होती. त्यापैकी नारळाचे दूध, रवा आणि स्ट्रॉबेरीज घालून बनवलेले पुडिंग मला विशेष आवडले.

'पोर्तुगालमधील समुद्राकाठच्या लहान लहान रेस्तराँमध्ये एकदा तरी जेवायला जा', असे मला विमानातील सहप्रवाशाने सांगितले होते. समुद्राच्या लाटांचा आवाज ऐकत, तिथला वारा अंगावर झेलत आपल्यासमोर तयार होत असलेले पदार्थ बघायला खूप मजा येते. हे ऐकल्यामुळे मुद्दाम ठरवून हॉटेलला लागूनच असलेल्या समुद्राकाठच्या एका लहानशा रेस्तराँमध्ये जेवायला गेलो. वाळूत उभारलेल्या नारळाच्या झावळ्यांच्या छत्र्या व त्याखाली टाकलेल्या टेबल-खुर्च्या असा सगळा थाट होता. एका बाजूला टोपलीत ताजे ताजे मासे ठेवले होते, तर त्याबरोबर सर्व्ह करण्यासाठी फ्रेंच फ्राईज तळले जात होते. मोठ्या पातेल्यात सूप उकळत होते, तर एकीकडे सॅलड तयार करून ठेवले होते.

ह्या ठिकाणी खाल्लेला एक अफलातून चवीचा पदार्थ म्हणजे शहाळ्यात शिजवलेले

प्रॉन्स. ते कसे करतात हे बघत मी उभी होते. प्रथम शहाळ्यातले पाणी काढून त्यातली मलई खरवडून काढली जाते. आले, लसूण, लाल मिरच्या, मीठ व मलई असे वाटून घेतले जाते. त्यात प्रॉन्स मिसळून तेलावर जरासे परतले जाते व ते रिकाम्या शहाळ्यात भरले जाते. प्रॉन्स भरलेले ते अख्खे शहाळे नारळाच्या झावळ्या पेटवून त्यात भाजून काढले. शहाळ्याच्या पाण्यात शिजवलेल्या गरमागरम भाताबरोबर ते प्रॉन्स सर्व्ह केले जातात. हा पदार्थ तर अप्रतिम लागतच होता, पण मला कौतुक वाटले ते ही रेसिपी तयार करणाऱ्याच्या कल्पनाशक्तीचे.

पोर्तुगीजांच्या गोव्यातील वास्तव्यामुळे गोवेकरांवर, त्यांच्या खाण्यापिण्याच्या सवयींवर आणि त्यांच्या पदार्थांवर पोर्तुगीज पगडा दिसून येतो. 'विंदालू' हा गोव्यातला खास पदार्थ समजला जातो, पण तो गोव्यात आणला पोर्तुगीजांनी. खरे म्हणजे भरपूर रेड वाईन व आले घालून केलेला तो एक पोर्कचा पदार्थ आहे. पोर्तुगीज भाषेत 'विन्ह' म्हणजे वाईन आणि 'आलहो' म्हणजे आले. हे दोन पदार्थ वापरून केलेला पदार्थ म्हणजे 'विन्ह-दा-अलहो'. ह्याला खरी चव येते ती पोर्कच्या सुटलेल्या फॅटची. त्यात लाल मिरची व आले परतून वाईनमध्ये पोर्क शिजवले जाते. वाईन व आल्याच्या घट्टसर ग्रेव्हीमधला विन्ह-दा-अलहो हा पदार्थ गोवेकरांनी त्याच्या नावापासून ते करण्याच्या पद्धतीपर्यंत बदलून टाकला. त्याचा उच्चार विंदालू असा केला व त्यातल्या 'आलू' मुळे त्यात बटाटे घातले. पोर्कऐवजी चिकन घातले व आले मिरचीच्या जोडीला इतर मसाले मिसळले. अशा तऱ्हेने हा पोर्कचा पदार्थ गोव्यात बटाटे घातलेला चिकन रस्सा झाला. विन्दालू गोव्याचा व विन्ह-दा-अलहो पोर्तुगीज. दोन्ही आपापल्या परीने उत्कृष्ट चवीचे, पण तरीही वेगवेगळे.

अस्सल पोर्तुगीज पदार्थ बनवताना त्यात मासे, बटाटे, सॉसेजेस व लवंग दालचिनी, मिरे असे मसाले ह्याचा भरपूर वापर केलेला असतो. बरेच मसालेदार पदार्थ मला आपल्याच चवीचे वाटले. मराठी भाषेप्रमाणेच पोर्तुगीज भाषेतही बटाटा, अननस, पाव ह्या पदार्थांना तीच नावे आहेत. निसर्ग व अशा अनेक गोष्टीत साधर्म्य आढळल्याने मला पोर्तुगालच्या वास्तव्यात गोव्याची फार वेळा आठवण आली. असा हा पोर्तुगाल देश व त्यांचे पदार्थ जरी खूपसे आपल्यासारखे असले तरीही त्यावर युरोपियन खाद्यसंस्कृतीचा पगडा आहे, हे खालील पदार्थांवरून लक्षात येईल.

□

सॉसेज केक

साहित्य : ६ सॉसेजेस उभे कापून, ४ स्लाइस ब्रेड लोणी लावून, १ कप किसलेले चीज, २ कप दूध, ४ अंडी, मीठ, मीरपूड व मस्टर्ड पेस्ट.

कृती : एका चौकोनी बेकिंग डिशमध्ये लोणी लावलेले ब्रेड ठेवावेत. सॉसेजेसना मस्टर्ड पेस्ट लावून ते ब्रेडवर पसरावे. त्यावर चीज घालावे. अंडी फेटून त्यात दूध व चवीप्रमाणे मीठ मीरपूड घालावी व मिश्रण ब्रेड व सॉसेजेसवर ओतून ओव्हनमध्ये बेक करावे. दूध-अंड्याचे मिश्रण जरासे घट्ट होऊ लागले, की बाहेर काढावे. पोर्तुगालमध्ये हा पदार्थ सकाळच्या न्याहरीला केला जातो.

□

कोबीचे सूप.

साहित्य : १ कप बारीक किसलेला कोबी, १ उकडलेला बटाटा, २ चमचे किसलेले चीज, १ चमचा लोणी, मीठ व मिरपूड चवीप्रमाणे.

कृती : लोणी गरम करून त्यावर कोबी परतून घ्यावा. त्यात चार कप पाणी घालून मंद आचेवर शिजवावा. उकडलेला बटाटा थोडे पाणी घालून मिक्सरवर बारीक वाटून घ्यावा. सूपला घट्टपणा येण्यासाठी बटाटा वापरला जातो. कोबी शिजल्यावर त्यात बटाट्याचे मिश्रण, मीठ व मिरपूड घालून उकळी आणावी. जरुरीप्रमाणे पाणी घालावे. सर्व्ह करताना वरून किसलेले चीज घालावे.

□

बटाट्याचे सॅलड

साहित्य : १२/१५ लहान आकाराचे उकडलेले बटाटे, १ चमचा चिली फ्लेक्स, १ चमचा ऑलिव्ह ऑईल, २ चमचे बारीक चिरलेली पार्सली, थोडा लिंबाचा रस व चवीसाठी मीठ.

कृती : उकडलेले बटाटे ऑलिव्ह ऑईलमध्ये परतावे. बटाटे शक्यतो सालासकटच घ्यावेत. त्यावर मीठ व चिली फ्लेक्स घालून बशीत गार व्हायला ठेवावेत. गार झाल्यावर लिंबाचा रस व पार्सली घालून हलक्या हाताने एकत्र करावे. पिवळट बटाटे, त्यावर लाल चिली फ्लेक्स व हिरवीगार पार्सली असे हे रंगीत सॅलड दिसते तर छानच; पण त्याला चवही फार छान येते.

□

चिकन लेग्ज इन पोर्ट वाईन

साहित्य : चिकनचे ८ लेग पीसेस, ८ पाकळ्या लसूण व आल्याचा तुकडा बारीक वाटून, ८ लवंगा, १ बारीक चिरलेला कांदा, २ बटाटे सालासकट तुकडे करून, १ गाजर चकत्या करून, १ ढोबळी मिरची तुकडे करून, १ कप पोर्ट वाईन, १ कप चिकन स्टॉक, ऑलिव्ह ऑइल, मीठ व मिरपूड.

कृती : चिकन लेग्जला मीठ, मिरपूड व आले लसूण लावून ते तासभर पोर्टवाईनमध्ये मुरत ठेवावे. मुरलेले चिकन, लवंगा व सगळ्या भाज्या ऑलिव्ह ऑइलमध्ये थोडा वेळ परताव्यात व बेकिंग डिशमध्ये काढाव्यात. त्यावर थोडी पोर्टवाईन व चिकन स्टॉक घालून ओव्हनमध्ये ठेवावे. थोड्या वेळाने बाहेर काढून त्यात उरलेला चिकन स्टॉक व पोर्टवाईन घालून परत ओव्हनमध्ये ठेवावे. चिकन शिजल्यावर बाहेर काढावे. हे चिकन कोरडे करायचे नसते. त्याला थोडा रस राहिला पाहिजे. पोर्टवाईनमुळे ह्या चिकनला वेगळीच चव येते.

□

आगळी मैत्री

" *श्री. व सौ. थुईस हे आमचे बेल्जियममधील स्नेही. ह्या दोघांना त्यांचे घरचे लोक ओपा व ओमा असे म्हणत असल्याने आम्हीही त्यांना त्याच नावाने संबोधायला लागलो. ते ब्रसेल्सपासून ट्रेनने दोन तासांच्या अंतरावर असलेल्या ओव्हरपेल्ट ह्या गावी रहातात. हे गाव नेदरलँडच्या अगदी जवळ असल्याने त्या भागात व थुईस ह्यांच्या घरी डच भाषाच जास्त बोलली जाते. बेल्जियमला स्वत:ची अशी भाषा नाही; पण जर्मन, डच व फ्रेंच ह्याच तिथल्या अधिकृत भाषा आहेत. बऱ्याच बेल्जियन लोकांचे ह्या तिन्ही भाषांवर प्रभुत्व असते, पण त्यांना इंग्रजी मात्र नीट येत नाही. ओमा व ओपा ही दोघेही आता निवृत्त झाल्यामुळे आठवड्यातून तीन दिवस इंग्रजी संभाषणाच्या क्लासला जातात.*

पाककला हा ओमाचा अगदी जिव्हाळ्याचा विषय. निरनिराळे पदार्थ करून बघणे व ते मित्रमंडळींना खाऊ घालणे ही तिची खास आवड. ती अनेक बेल्जियन मासिकांत देशोदेशीचे पदार्थ व त्यांची खाद्यसंस्कृती ह्यावर लिखाण करते व वाचकांच्या पाकशास्त्रातील प्रश्नांवर त्यांना सल्लाही देते. ब्रसेल्स व आजूबाजूच्या गावांमधील पाककलेल्या स्पर्धांमध्ये तिला हमखास परीक्षक म्हणून बोलावणे असते. तिचे डच व जर्मन भाषेत लिहिलेले लिखाण तिने मला बघायला दिले व त्याची माहिती सांगितली. त्यामुळे फारशा माहितीच्या नसलेल्या बेल्जियन व इतरही अनेक खाद्यसंस्कृतीबद्दल मला खूप गोष्टी ऐकायला मिळाल्या. हे सगळे ऐकल्यावर, मी तिला बेल्जियमची तरला दलाल करून टाकले. "

ओमा बेल्जियममधील एका प्रसिद्ध मासिकासाठी काम करत असत, तर श्री. थुईस एका केमिकल फर्ममध्ये काम करत. आता त्यांना आपापले छंद जोपासायला खूप वेळ मिळतो. ओपांना गाण्याची आवड असल्याने त्यांचा गाण्याचा क्लास व रियाज चालू असतो. ओमाने त्यांचे घर खूपच छान सजवले आहे. तिला पुरातन

वस्तू जमवण्याचा छंद असल्यामुळे त्यांच्या घरात देशविदेशातून आणलेल्या कित्येक दुर्मीळ वस्तू आहेत. त्यात मला एक पितळी समई व निरांजनही दिसले. दोघांनाही बागकामाची खूप आवड असल्याने आपल्या बंगल्याच्याभोवती त्यांनी सुंदर बाग केली आहे.

ओमाने सांगितले, की बेल्जियन लोकांनी आपली अशी एक वेगळी खाद्यसंस्कृती निर्माण केली आहे व त्याबद्दल त्यांना खास अभिमान आहे. फ्रिट्स, वाफल्स, शिंपले, एन्डाइव्ह, ब्रसेल्स स्प्राउटस, चॉकलेटस व बियर हे पदार्थ म्हणजे बेल्जियन खाद्यसंस्कृतीचा गाभा आहेत. फ्रेंच फ्राईजना तिथे फ्रिट्स म्हणतात. गरमागरम फ्रिट्स आणि त्याबरोबर मॅयॉनिज व निरनिराळ्या प्रकारचे सॉसेस म्हणजे बेल्जियमची खासियत. हाच प्रकार वाफल्सचा. ताजे क्रीम, फळे, जॅम, चॉकलेट, सॉस असे घातलेले गरम वाफल्स व फ्रीट्स म्हणजे बेल्जियमचे फास्टफूड. यावरून ओपाने सांगितलेला एक किस्सा आठवला. मॅकडॉनल्ड्स ह्या जगविख्यात फास्टफूड चेनची बेल्जियममधली बऱ्याच ठिकाणची दुकाने फारशी चालत नाहीत. ह्याचे मुख्य कारण म्हणजे बेल्जियन माणूस आजही ताजे फ्रीट्स व वाफल्स खाणे पसंत करतो.

माझ्या ओव्हरपेल्टच्या वास्तव्यात ओमाबरोबर मासे बाजार, भाजी व फळांची मंडई, फुलांचा बाजार अशा ठिकाणी भेट देण्याचा योग आला. बेल्जियन स्वयंपाकात ताज्या भाज्या, मासे व बटाटे भरपूर प्रमाणात वापरले जातात. बटाटा तर त्यांच्या जेवणात या ना त्या प्रकारे वापरलेला असतोच. जांभळा कोबी, रंगीत भोपळी मिरच्या, ब्रॉकोली, असंख्य प्रकारचे बटाटे, एन्डाइव्ह व ब्रसेल्स स्प्राउट ह्या भाज्यांनी मंडई भरली होती. एन्डाइव्ह व छोट्या कोबीसारखे दिसणारे ब्रसेल्स स्प्राउट या खास करून बेल्जियन भाज्या.

एन्डाइव्ह ह्या भाजीबद्दल बेल्जियममध्ये एक मजेशीर गोष्ट सांगितली जाते. कोणे एके काळी एका बेल्जियन शेतकऱ्याने आपल्या कॉफीत मिसळायला चिकोरी आणली, पण त्याला अचानक गावाला जायला लागल्यामुळे ती घरी तशीच पडून राहिली. परत आल्यावर पहातो तो त्याला सुंदरशी पांढरी पाने फुटली होती. त्या पानांना अतिशय वेगळी पण छान चव आणि स्वाद होता. ही पांढरी पाने म्हणजेच एन्डाइव्ह. आज ही भाजी अनेक बेल्जियन पदार्थांत वापरलेली दिसून येते. ह्या दोन्ही भाज्या मी आधी कधी पाहिल्या नव्हत्या, त्यामुळे त्या दिवशी घरी आल्यावर ओमाने एन्डाइव्हचे सॅलड व ब्राऊन सॉसमधले ब्रसेल्स स्प्राउट्स बनवले. एन्डाइव्हची किंचित कडसर चव मला फारशी आवडली नाही. पण छोटे कोबी मात्र छान लागत होते.

बेल्जियन बियर व चॉकलेट्स तर जगप्रसिद्धच आहेत. ह्या देशात बियरचे जवळपास चारशे प्रकार मिळतात. वेगवेगळे स्ट्यू व मीटचे पदार्थ बनवताना

ब्रसेल्स स्प्राउट्स

एन्डाइव्ह

बेल्जियन लोक त्यात बियरचा मुबलक वापर करतात. अशा तऱ्हेने बनवलेले पदार्थ फारच चविष्ट लागतात. कोळशावर भाजलेले मीट किंवा मासे व त्याबरोबर फ्रीट्स आणि बियर म्हणजे जेवणाचा एक खास मेन्यू. तिथे अनेक प्रकारचे मासे मिळतात, तरी नॉर्थ-सीमधले शिंपले म्हणजे बेल्जियमची खासियत. बहुतेक ठिकाणी भाज्यांचा स्टॉक, क्रीम, मैदा, लोणी, कांदा असे पदार्थ वापरून केलेल्या ग्रेव्हीत हे शिंपले शिजवतात. काही वेळा त्यात बियर किंवा वाईन घातलेली असते. अशा अप्रतिम चवीच्या ग्रेव्हीतले शिंपले व ब्राऊन राईस म्हणजे ह्या लोकांचे अगदी आवडते खाणे. असे जेवण झाल्यावर चॉकलेट वापरून केलेले डेझर्ट व वाफल्स पाहिजेतच.

बेल्जियममध्ये बियरप्रमाणेच चॉकलेटचेही असंख्य प्रकार बघायला मिळाले. तिथे जवळजवळ प्रत्येक घरात ब्रुअरी व चॉकलेट बनवण्याचा उद्योग चालू असतो. ओमामुळे मला अशा घरगुती ब्रुअरीज व चॉकलेट तयार करण्याचे व्यवसाय बघायला मिळाले. ओमाची मुलगी लिसा हरतऱ्हेची चॉकलेट्स बनवते. तिने सांगितले, की बेल्जियन चॉकलेटसमध्ये कृत्रिम रंग, वास किंवा कोणतेही रसायन घातलेले नसते; त्यामुळे त्यातील नैसर्गिक पदार्थांची चव टिकून राहते. तिच्याकडे ताज्या मलईपासून बनवलेली चॉकलेट्स खाल्ली.

ओमाही हल्ली हल्ली घरी चॉकलेट्स व वाईन बनवायला लागली आहे. स्वयंपाक तर ती खूपच छान करते. प्रत्येक पदार्थ बनवण्यातला तिचा सफाईदारपणा वाखाणण्याजोगा होता. तिने आमच्या आवडीनिवडी विचारून घेतल्या होत्या व त्याप्रमाणे घरी जेवणाचे खास बेत ठरवले होते. ती नाश्त्यासाठी रोज छान छान पदार्थ

करायची. वेगवेगळे सारण भरून केलेले पॅनकेक्स व ताजी फळे आणि हर्बज घालून विरजलेले दही माझ्या अगदी लक्षात राहिले आहे. ॲपल पाय, पाईनॅपल सुफले व बेल्जियन कॉफी केक हे तिचे अगदी हुकमी पदार्थ. ओमाच्या हातच्या ह्या तिन्ही पदार्थांचा आस्वाद घेण्याचा योग आम्हाला आला.

कोणाकडे जेवायला गेलात तर यजमानीणबाईंसाठी फुले घेऊन जा व स्वयंपाकाचे तोंड भरून कौतुक करा, असा सल्ला मला बेल्जियमला जायच्या आधीच मिळाला होता. ओमाच्या हातचे एकेक अप्रतिम पदार्थ खाल्ल्यामुळे मला मिळालेला हा सल्ला मी अगदी मनापासून पाळला.

□

बेल्जियन कॉफी केक

मैदा ३ कप, १ टी स्पून बेकिंग पावडर, १/२ टी स्पून दालचिनी पावडर व १/२ टी स्पून लवंग पावडर हे दोन वेळा चाळून घ्यावे. अर्धा कप लोणी व १ कप साखर फेटून घ्यावी. त्यात १ अंडे व १/२ कप मध मिसळावा. एक कप कडक कॉफी किंचित गरम करून घ्यावी. लोणी, अंडे, साखर व मधाच्या मिश्रणात चाळलेला मैदा हळूहळू मिसळावा. लागेल त्याप्रमाणे कॉफी घालावी. तयार मिश्रण बटरपेपर लावलेल्या भांड्यात घालून बेक करावे. साधारणपणे ४५ मिनिटांत केक तयार!

ह्याला जरी कॉफी केक म्हणत असले, तरी मला तो कॉफीच्या स्वादाच्या गोड ब्रेडसारखाच वाटला; पण चव मात्र छान होती. ओमाच्या बागेत बसून वाफाळत्या कॉफीबरोबर हा कॉफी केक खायला फारच मजा आली.

□

बेल्जियम आणि फ्रेंच फ्राईज

"बेल्जियमचा आयकॉन म्हणून ओळखल्या जाणाऱ्या 'मनेकन पिस' ह्या पुतळ्याच्या हातात काही वेळा फ्राईजनी भरलेला कोन ठेवलेला असतो. अर्थात ह्यात खरे फ्राईज नसतात ही गोष्ट वेगळी; पण त्यावरून फ्रेंच फ्राईज आणि बेल्जियमचे किती जवळचे नाते आहे, ते लक्षात येते.

फ्रेंच फ्राईज हा एक विलक्षण लोकप्रियता मिळवलेला पदार्थ आहे. सर्व वयाच्या व समाजातील सर्व स्तरांतल्या लोकांचा तो एक आवडता पदार्थ आहे. बटाट्यापासून बनवल्या जाणाऱ्या सगळ्या पदार्थांत फ्रेंच फ्राईज सर्वांत जास्त खाल्ले जातात. ह्याचे नाव जरी फ्रेंच फ्राईज असले, तरी त्याचा व फ्रान्सचा काहीही संबध नाही. खरे तर त्याचा उगम कुठला, हा जरा वादाचाच प्रश्न आहे; पण बेल्जियन लोकांचे असे म्हणणे आहे, की फ्रेंच फ्राईजचा उगम हा बेल्जियममधला आहे."

फ्रेंच फ्राईजचा उगम बेल्जियममधलाच आहे, हे पटवून देण्यासाठी निरनिराळे पुरावे दिले जातात. बेल्जियन लोक म्हणतात, की पूर्वीच्या काळी आमच्या म्यूस नदीच्या काठी राहणारे लोक त्या नदीतले लहान लहान मासे पकडून, ते तळून खात असत. थंडीच्या दिवसांत नदी गोठल्यामुळे मासे मिळत नसत. मग हे लोक बटाट्याचे माशासारखे लांबूडके तुकडे कापून ते तळून खात असत. हेच आजचे फ्रेंच फ्राईज!

बेल्जियममध्ये फ्राईजबद्दल आणखी एक गोष्ट सांगितली जाते. फार पूर्वी एका जत्रेमधील स्टँडवर एक बेल्जियन माणूस बटाट्याचे लांब लांब तुकडे कापून ते तळत होता व त्या गरमागरम बटाट्यावर मीठ मीरपूड घालून ते विकत होता. लोकांना हा पदार्थ खूपच आवडला. ते बनवणाऱ्या माणसाचे नाव फ्रीट्झ होते व त्यावरून ह्या पदार्थाला बेल्जियममध्ये फ्रीट्झ (fritz) हे नाव पडले. त्यानंतर बेल्जियममध्ये असे फ्रीटकॉटस (fritkots) म्हणजे फ्राईजची लहान लहान दुकाने खूप लोकप्रिय झाली. हे फ्रीटकॉटस म्हणजे बेल्जियमचे प्रतीक झाले. तिथल्या बहुतेक सगळ्या गावांत अगदी

कोपऱ्या कोपऱ्यावर अशी फ्रीटकॉटस सुरू झाली. ते स्थानिक लोकांचे भेटण्याचे व गप्पा मारण्याचे ठिकाण झाले. बियर आणि त्याबरोबर गरमागरम फ्रीटस; मग अशा वेळी गप्पा रंगल्या नाहीत तर नवलच!

बेल्जियममध्ये डच, फ्रेंच व जर्मन ह्या भाषा बोलणाऱ्यांचे भाग पडले आहेत, पण त्या सर्वांचाच आवडता पदार्थ म्हणजे फ्रीटस. दुसऱ्या महायुद्धाच्या वेळी काही इंग्रजी बोलणारे सैनिक अशाच एका फ्रीटकॉट्मध्ये गेले. त्यांना ते खूप आवडले. त्यांच्या आजूबाजूचे लोक फ्रेंच बोलत होते, त्यामुळे त्या सैनिकांची समजूत झाली, की ते फ्रान्समध्ये आहेत. खरे तर त्या वेळी ते फ्रान्समध्ये नसून फ्रेंच वातावरण असलेल्या बेल्जियमच्याच भागात होते, पण त्यामुळे फ्रेंच लोकांनी त्यांना दिलेल्या तळलेल्या बटाट्यांना 'फ्रेंच फ्राईज' हे नाव देऊन टाकले. हे नाव देण्यामागचे आणखी एक कारण म्हणजे इंग्रजी भाषेत to french ह्याचा अर्थ पदार्थाचे, विशेषकरून मीटचे लांब लांब तुकडे करणे असा होतो. ही एक फ्रेंच फ्राईज संबधीची अगदी खरी वाटणारी गोष्ट आहे.

फ्रेंच फ्राईज बेल्जियममध्येच प्रथम तयार करण्यात आले, ह्या विधानाचा पुरावा म्हणून अशा एक ना अनेक खऱ्या व तयार केलेल्या गोष्टी बेल्जियममध्ये आजही सांगितल्या जातात. जगभरात लोकप्रियता मिळवणाऱ्या ह्या पदार्थाला प्रत्येक देशात वेगवेगळे नाव आहे. इंग्रज त्यांना चिप्स म्हणतात. युरोपियन्स फिंगर चिप्स म्हणतात,

फ्रान्समध्ये त्याला पॉम फ्रीट्स म्हणतात तर बेल्जियम व नेदरलँडमध्ये त्यांना फ्रीटस वा पटल म्हणतात. आपल्याकडे मात्र बटाट्याचे चिप्स हेच नाव प्रचलित आहे.

त्या वेळी बेल्जियममध्ये अशी फ्रीटकॉटस सुरू करण्यासाठी कोणतीच बंधने किंवा औपचारिकता पाळायला लागत नव्हती. ओघानेच स्वच्छता व मालाचा दर्जा ह्या गोष्टी जरा कमीच असायच्या. तिथे तळलेले फ्रीट्स वर्तमानपत्राच्या किंवा इतर प्रकारच्या कागदाचे कोन करून त्यातून देत असत. त्यामागे दोन उद्देश, एक म्हणजे कागदामुळे फ्रीट्समधले तेल टिपले जाते व दुसरा म्हणजे कोनच्या निमुळत्या आकारामुळे जास्तीचे तेल खालच्या टोकाशी जाऊन बसते. कालांतराने तिथे आरोग्यविषयक कायदे आले आणि त्या चौकटीत न बसणारी फ्रीटकॉटस बंद करावी लागली. आज बेल्जियममध्ये अतिशय स्वच्छ, नीटनेटकी व उत्तम प्रतीची फ्रीट्सची दुकाने आहेत. आजही सर्व्ह करायला कागदाचे कोनच वापरले जातात, पण त्यासाठी बाहेरून लॅमिनेशन केलेला जाड कागद वापरलेला असतो. गरम फ्राईजचा कोन ठेवण्यासाठी मेटलचा फ्रीट्स स्टँड असतो, तर ते खाण्यासाठी काटा दिला जातो.

फ्रीटची ही दुकाने म्हणजे बेल्जियन संस्कृतीची ओळख करून घेण्याचा उत्तम मार्ग आहे. अशा दोन-तीन फ्रीटकोटसमध्ये जाऊन आल्यावर मला एक गोष्ट प्रकर्षाने जाणवली, ती म्हणजे सगळ्या दुकानांचे मालक चांगले वजनदार आहेत. अतिशय आनंदी आणि उत्साही असणाऱ्या ह्या लोकांची अखंड बडबड चालू असते. ग्राहकांना गरमगरम फ्रीट्स देताना ते त्यांच्याशी मनापासून गप्पा मारतात. त्यातूनच आपल्याला खूप माहिती मिळते. फ्रीटसविषयी बेल्जियन लोक भरभरून बोलतात. ते म्हणतात, की ''आम्ही बटाट्यासारख्या साध्यासुध्या पदार्थाला फ्रीट्ससारख्या अफलातून पदार्थात बदलून टाकले आहे. त्याचा स्वाद आणि चव इतकी मस्त असते, की त्यांचा आस्वाद घेताना आपल्याला इतर सगळ्या गोष्टींचा विसर पडतो.'' बेल्जियन फ्राईज इतके चविष्ट होण्याचे कारण म्हणजे तिथले उत्तम चवीचे बटाटे, योग्य प्रकारचे तेल व ते करण्याची पद्धत. सर्वांत महत्त्वाचे म्हणजे ते ग्राहकांना प्रेमाने खाऊ घालण्याचा बेल्जियन माणसाचा स्वभाव.

बेल्जियममधील ब्रूज ह्या गावी फ्रेंच फ्राईजचे एक म्युझियम बघण्याचा योग आला. असे म्युझियम उभे करण्यामागे बेल्जियन फ्रीटस संस्कृतीला उजाळा देणे, हा हेतू आहे. ह्या तीन मजली म्युझियमच्या तळमजल्यावर कॅफेटेरिया आहे. तिथे ताजे फ्राईज व त्याच्याबरोबर खायचे नाना प्रकारचे सॉसेस चाखायला मिळतात. एका मजल्यावर फ्राईज बनवण्याच्या वेगवेगळ्या इक्विपमेंटस ठेवल्या आहेत. बटाट्याचा शोध कसा व कुठे लागला इथपासूनची माहिती तिथे उपलब्ध आहे. फ्रेंच फ्राईज म्हणजे काय? ते कसे तयार करायचे व कसे सर्व्ह करायचे, ह्याबद्दलची वेगवेगळी

माहिती व त्याबद्दलची तज्ज्ञांची मते ह्या ठिकाणी वाचावयास मिळाली. हे आगळे वेगळे म्युझियम बघायला फारच मजा आली.

ह्या म्युझियममध्ये 'हाऊ टू मेक पर्फेक्ट फ्रेंच फ्राईज' ही एक इंग्रजी सबटायटल्स असलेली मस्त फिल्म बघायला मिळाली. त्यात एक बेल्जियन आजी उत्कृष्ट चवीचे फ्रीटस कसे बनवायचे, त्यासाठी कोणत्या गोष्टी पाळायच्या व कोणत्या गोष्टी टाळायच्या, हे सांगत होत्या. त्यांनी मग फ्रीटस बनवण्याचे प्रात्यक्षिक चालू केले. ते दाखवत असताना आजीबाई सांगत होत्या, की "सर्वप्रथम मोठ्या आकाराचे बटाटे घेऊन त्याचे साधारणपणे १ सेंटीमीटर जाडीचे लांब लांब तुकडे करावे. कापलेले बटाटे थोडा वेळ पाण्यात टाकावेत म्हणजे त्यातला बरचसा स्टार्च निघून जाईल. पाण्यात टाकायचे नसतील, तर ते टॉवेलवर पसरून चांगले कोरडे करून घ्यावेत. ह्यामुळे फ्रीटस चिकट न होता छान कुरकुरीत होतात. तेल तापल्यावर त्यात थोडे कापलेले बटाटे टाकून ते अर्धवट तळून घ्यावेत व कागदावर गार करायला टाकावेत. ते पुरते गार झाले की परत एकदा तळणीत टाकून सोनेरी रंगावर तळून घ्यावेत. अशा पद्धतीने फ्रीट्स तळले असता ते बाहेरून खुसखुशीत व आतून मऊ होतात." आजही बेल्जियममध्ये फ्रीटस करताना हीच पद्धत वापरली जाते.

आजीबाईंच्या 'सिक्रेटनुसार' फ्रीट्ससाठी बटाटे कापताना कधीही पातळ कापायचे नाहीत. ते जरासे जाडसर ठेवले म्हणजे कमी तेल शोषून घेतात व जास्त चविष्ट होतात. बटाट्याचे लांबुडके तुकडे कापल्यावर त्यांची कडेची टोके कापून ते चौकोनी करावेत, नाही तर ती निमुळती टोके तळताना जास्त तळली जाऊन काळपट होतात. फ्रीटस तळताना ते मंदाग्नीवर थोडे थोडे टाकून तळायचे व त्यावर झाकण अजिबात ठेवायचे नाही. ही सिक्रेट्स पाळली, तर उत्तम फ्रीट्स नक्कीच तयार होतील.

ह्या म्युझियमच्या दारात एक साडेपाच फूट उंचीचा फ्रीट्सनी भरलेला प्लास्टर ऑफ पॅरिसचा कोन आहे. त्याच्या शेजारी उभे राहून आपला फोटो काढून घेण्यासाठी कायमच गर्दी झालेली असते. अशा प्रकारचे फ्रीट्स भरलेले कोन बेल्जियममध्ये खूप ठिकाणी बघायला मिळाले. ह्या सगळ्यांवरून फ्रीट्स आणि बेल्जियमचे किती जवळच नाते आहे, ते समजते.

□

नोबेल शाही खाना

“नोबेल पुरस्कार हा माझा अगदी जिव्हाळ्याचा विषय. त्यामुळे स्टॉकहोमला गेल्यावर जिथे नोबेल पारितोषिकसोहळा साजरा होतो ती जागा, नोबेल शाही खान्याचे आयोजन केले जाते तो सिटी हॉल, नोबेल म्युझियम व नोबेल विजेते जिथे राहतात ते ग्रँड हॉटेल बघणे; हे माझ्या दृष्टीने खूप महत्त्वाचे होते. नोबेल पारितोषिका संबधीच्या ज्या इतरही गोष्टी तिथे होत्या, त्या मी आवर्जून बघायला गेले.

दर वर्षी १० डिसेंबरला अल्फ्रेड नोबेल ह्यांच्या स्मृतिदिनी विविध क्षेत्रांत जागतिक पातळीवर असामान्य काम करणाऱ्या व्यक्तींना नोबेल पुरस्कार प्रदान करण्यात येतात. पदार्थ विज्ञान, रसायनशास्त्र, साहित्य व वैद्यकशास्त्रातील पुरस्कार स्वीडनची राजधानी स्टॉकहोम येथे; तर शांतता पुरस्कार नॉर्वेची राजधानी ऑस्लो येथे प्रदान करण्यात येतो.”

दिवसेंदिवस नोबेल पारितोषिकाचे महत्त्व आणि लोकप्रियता वाढत चालली आहे. जगभरातील प्रसारमाध्यमे नोबेल पारितोषिकाच्या सर्व कार्यक्रमांना प्रसिद्धी देऊ लागली आहेत. वर्तमानपत्रांत त्याबद्दल सविस्तर बातम्या छापून येतात, त्यामुळे सर्व जगाचे डोळे डिसेंबर महिन्यात स्टॉकहोमकडे लागलेले असतात.

नोबेल पारितोषिक वितरण समारंभानंतर स्टॉकहोमच्या सिटी हॉलमध्ये शाही खान्याचे आयोजन केलेले असते. हा खाना म्हणजे नोबेल प्रणालीमधील अतिशय लोकप्रिय असा कार्यक्रम समजला जातो. सर्वांना ह्या खान्याविषयी फारच कुतूहल असते. १० डिसेंबर १९०१ रोजी पहिल्या नोबेल पारितोषिक वितरण समारंभानंतर दिला गेलेला शाही खाना स्टॉकहोमच्या ग्रँड हॉटेलमध्ये झाला व त्या वेळी फक्त ११३ पुरूष होते. त्यानंतर तब्बल २९ वर्षे ग्रँड हॉटेलमधील हॉल ऑफ मिरर्स - आरसेम हॉल - येथे शाही खाना आयोजित करण्यात आला. पुढे पुढे निमंत्रितांचा आकडा वाढत गेला व ग्रँड हॉटेलची जागा अपुरी पडायला लागली. त्यामुळे शाहीखान्याची जागा सिटी हॉलच्या ब्लू हॉलमध्ये हलवण्यात आली. प्रतिष्ठित समजल्या जाणाऱ्या

ह्या खान्यासाठी आता १३०० लोकांना आमंत्रित केलेले असते. पारितोषिक वितरण समारंभासाठी व शाही खान्यासाठी येणारी स्वीडनची राणी सिल्व्हिया व राजघराण्यातील स्त्रियांचे ड्रेस व दागिने हा चर्चेचा विषय असतो. त्याला प्रसारमाध्यमे भरपूर प्रसिद्धी देतात. नोबेल पारितोषिक विजेते व त्यांचे कुटुंबीय, स्वीडनचे राजा-राणी व राजघराण्यातील इतर मान्यवर हे शाही खान्यासाठी 'गेस्ट ऑफ ऑनर' असतात. त्यानंतर स्विडिश पार्लमेंटचे प्रतिनिधी, आंतरराष्ट्रीय पाहुणे व स्विडिश मान्यवर, अशी गेस्ट लिस्ट असते. त्या वेळी तीन कोर्सचे डिनर, मनोरंजन आणि त्यानंतर गोल्डन हॉलमध्ये नृत्याचा कार्यक्रम होतो. देशविदेशांतील अनेक लोकांना ह्या खान्याचे आमंत्रण असते. उंची क्रोकरी व कटलरींनी नटलेले टेबल खान्यासाठी सज्ज असतात.

पहिली काही वर्षे शाही खान्यासाठी हॉलमधील टेबलांची रचना घोड्याच्या नालेच्या आकारात केलेली असे, पण आता त्यांची रचना बदलण्यात आली आहे. ब्लू हॉलच्या मध्यभागी 'टेबल ऑफ ऑनर' असते व त्याच्या दोन्ही बाजूंना इतर टेबल लावलेले असतात. कोणी कोणत्या टेबलवर बसायचे, ह्याचे नियोजन वर्षानुवर्षे ठरलेल्या पद्धतीप्रमाणेच केले जाते. खान्याच्या वेळी पारितोषिक विजेत्याच्या सन्मानार्थ अगदी अनौपचारिक व हास्यविनोदाने भरलेली अशी भाषणे होतात. शेवटी गोल्डन हॉलमधील नृत्याच्या कार्यक्रमाने पुरस्काराच्या कार्यक्रमांची सांगता होते.

प्रत्येक नोबेल खान्यासाठी एक थीम ठरवली जाते व त्याप्रमाणे हॉलची व टेबलांची सजावट केली जाते. दर वर्षी लिलीज, ऑर्किडस, ग्लॅडिओलाज आणि गुलाब अशा सुमारे २३ हजार फुलांनी ब्लू हॉल सजवला जातो. ही सर्व फुले इटालियन रिव्हिएरामधील फुलांसाठी प्रसिद्ध असलेल्या सॅन रेमोहून आणली जातात. अल्फ्रेड नोबेलने आपल्या आयुष्याची शेवटची काही वर्षे त्या ठिकाणी घालवली होती. नोबेलला श्रद्धांजली म्हणून दर वर्षी ह्या समारंभासाठी सॅन रेमो येथून उत्कृष्ट पुष्परचना पाठवल्या जातात. दर वर्षी सप्टेंबर महिन्यात अनुभवी अशा शेफ्सकडून 'नोबेल फाउंडेशन'कडे चव बघण्यासाठी तीन मेन्यू पाठवले जातात. हा मेन्यू स्वीडनची गेल्या शंभर वर्षांची खाद्यसंस्कृती विचारात घेऊन ठरवला जातो. निवड झालेला तीन कोर्सच्या जेवणाचा मेन्यू शेवटच्या दिवसापर्यंत गुप्त ठेवला जातो.

स्टॉकहोमचा सिटी हॉल बघायला गेलो असताना असे कळले, की तिथल्या एका रेस्टॉरंटमध्ये शाही खान्यासाठी जे मेन्यू होते त्यातले सर्व पदार्थ मिळतात. मग काय आम्ही आमचा मोर्चा तिकडे वळवला हे सांगायलाच नको.

□

नोबेल आइस्क्रीम

नोबेल पारितोषिकाला २००१ साली १०० वर्षे पूर्ण झाली व त्याप्रीत्यर्थ स्टॉकहोमच्या गमला स्टान ह्या जुन्या भागात नोबेल म्युझियम सुरू केले गेले. नोबेल पारितोषिकाचा जनक अल्फ्रेड नोबेल ह्यांच्या आयुष्याची गाथा, तसेच नोबेल पारितोषिकाविषयी सर्व माहिती लोकांपर्यंत पोहचवणे, हे उद्दिष्ट डोळ्यासमोर ठेवून हे म्युझियम सुरू करण्यात आले. नोबेल म्युझियममध्ये एका बाजूला बिस्ट्रो नोबेल हे कॅफे आहे. तिथे मिळणारा खास पदार्थ म्हणजे नोबेल आइस्क्रिम.

समाजातील बुद्धिजीवी लोकांच्या गाठीभेटींचे ठिकाण म्हणून प्रसिद्ध असलेल्या व्हिएन्नाच्या कॅफे म्युझियमच्या धर्तीवर बिस्ट्रो नोबेल बनवले आहे. येथील खासियत म्हणजे नोबेल आइस्क्रीम. १९७६च्या नोबेल शाही खान्यासाठी एक खास डेझर्ट बनवण्यात आले होते. ते लोकांना इतके आवडले, की तेव्हापासून १९९८च्या नोबेल शाही खान्यापर्यंत दर वर्षी तेच डेझर्ट बनवले जात असे. त्यामुळे हे डेझर्ट 'नोबेल आइस्क्रीम' म्हणून प्रसिद्ध झाले. २००१ मध्ये जेव्हा बिस्ट्रो नोबेल सुरू झाले तेव्हा तेथे हे डेझर्ट बनवण्याचे ठरले व आजतागायत फक्त बिस्ट्रो नोबेलमध्येच ते मिळते. आज ह्या नोबेल आइस्क्रीमची ख्याती इतकी पसरली आहे, की ते खाण्यासाठी लोक मुद्दाम ह्या म्युझियमला भेट देतात.

निरनिराळ्या प्रकारच्या बेरीज व त्यापासून बनवलेले पदार्थ म्हणजे

स्कॅन्डिनेव्हियन देशांची खासियत. नोबेल आइस्क्रीम बनवताना वेगवेगळ्या बेरीजचा वापर करून त्याला 'स्कॅंडिनेव्हियन टच' दिला आहे. तुम्ही विचाराल, कसे असते हे नोबेल आइस्क्रीम? तर एका उंच ग्लासमध्ये सर्वात खाली बेरी आइस्क्रीमचा गोळा घातला जातो. त्यावर व्हॅनिला बीन आइस्क्रीमचा गोळा व ग्लासमधील सर्व जागा भरून जाईल एवढे व्हिप्ड क्रीम घातले जाते. ते मग लालचुटुक स्ट्रॉबेरीजच्या पातळ चकत्या व गुजबेरीजनी सजवून त्यावर नोबेल कॉईन खोचले जाते. नोबेल कॉईन म्हणजे नोबेल पारितोषिकातील सोन्याच्या मानचिन्हासारख्या वेष्टनात गुंडाळलेले चॉकलेट. हे नोबेल कॉईन म्हणजे नोबेल फाऊंडेशन व नोबेल म्युझियमचे प्रतीक आहे.

□

नवीन वर्षाचे स्वागत

" *युरोपमध्ये सहलीला गेलेले असताना त्या ग्रुपमध्ये देशोदेशीचे सहप्रवासी होते. आमची इटालियन गाईड खूप बडबडी असल्यामुळे ती सर्वांना प्रेक्षणीय स्थळांव्यतिरिक्त इतरही खूप माहिती सांगत असे. एके दिवशी बसचा तीन-चार तास प्रवास करायचा होता. त्या प्रवासात बसमध्ये कोणाला कंटाळा येऊ नये, म्हणून ती आमच्याशी नवीन वर्षाबद्दल बोलायला लागली. तिने आम्हाला तिच्या देशात नवीन वर्ष कसे साजरे करतात व त्या वेळी कोणकोणत्या गोष्टी पाळल्या जातात, ते सांगितले.*

ग्रुपमध्ये नॉर्वे, ब्राझील, टर्की, फिलिपिन्स ह्या देशांतील लोक होते. मग काय; एकापाठोपाठ एक सर्वांच्यातच आपल्या देशात नवीन वर्षाचे स्वागत कसे करतात व त्या वेळी कोणते पदार्थ खाल्ले जातात, त्याबद्दल सांगण्याची चढाओढ सुरू झाली. प्रत्येकाच्या देशातील मजेशीर प्रथा व परंपरा ऐकायला खूपच मजा आली व हसत-खेळत प्रवासातले दोन-तीन तास कसे संपले, ते कळलेच नाही. उरलेल्या प्रवासात ऐकलेल्या सगळ्या गमतीजमती माझ्या डायरीत जाऊन बसल्या.

नवीन वर्ष म्हणजे नव्या आशा आणि नवी स्वप्ने. नव्या वर्षाची सुरुवात उत्तम व्हावी, अशी सर्वांचीच इच्छा असते, त्यामुळे गत वर्षी केलेल्या चुका दुरूस्त करून, झालेल्या वाईट गोष्टी विसरून नवीन वर्षाचे स्वागत सगळीकडे अगदी दणक्यात केले जाते. नवीन वर्षाचा सूर्य जसा वेगवेगळ्या देशांत वेगवेगळ्या वेळी उगवतो, तसेच तिथे त्याचे स्वागत करण्याच्या पद्धतीही वेगवेगळ्या असतात; पण सर्व देशांतले लोक त्या सोहळ्याचा भरपूर आनंद लुटत असतात. "

नवीन वर्षाच्या स्वागतासाठी सगळीकडेच घराची सजावट, नाच गाणी, आतशबाजी आणि टेबलावर निरनिराळ्या खाद्य पदार्थांची रेलचेल असतेच, पण त्याच्या जोडीला कित्येक देशांत अशा काही रूढी आणि चाली-रीती आहेत, की त्या पाळल्या असता

नवीन वर्ष सुख समाधान व भरभराटीचे जाते, अशी तिथल्या लोकांची समजूत आहे. त्यापैकी काही पद्धती खूप छान आहेत.

आमच्या गाईडने सांगितले, की ''इटलीमध्ये नवीन वर्ष चांगले जावे ह्यासाठी अख्खे मसूर खातात. चांगले मोठाले गोलाकार मसूर खाल्याने नवीन वर्षी भरपूर पैसा मिळेल, असे मानतात. मसूर वापरून सूप किंवा सॅलड करतात, नाही तर ते रोस्ट केलेल्या मीटबरोबर खातात. ब्राझीलमध्ये तर नव वर्षाच्या पहिल्या जेवणात मसूरचे सूप आणि मसूरचा भात असतोच. काही देशांत मसूरप्रमाणेच चवळीदेखील खाल्ली जाते. वर्षातल्या प्रत्येक दिवशी एकेक चवळी खाण्याची प्रथाही काही ठिकाणी पाळतात. जेणेकरून पुढील ३६५ दिवस चांगले जातील.

प्रत्येक देशाच्या संस्कृतीमध्ये पुरातन काळापासून असे काही पदार्थ आहेत, की ते खाल्ले असता नवीन वर्ष सुखासमाधानाचे जाते, अशी लोकांची समजूत आहे. त्यामुळे नवीन वर्षाच्या सोहळ्यासाठी त्या त्या देशात त्यांचे खास पदार्थ बनवले जातात. पदार्थ जरी वेगवेगळे असले तरी त्यातला मथितार्थ एकच असतो.

बऱ्याच देशात गोलाकार पदार्थांचे आणि नववर्षाचे अगदी जवळचे नाते आहे. अनेक संस्कृतींमध्ये असे समजले जाते, की वर्तुळाच्या आकाराचे पदार्थ खाल्ले असता येणारे वर्ष उत्तम जाते. पदार्थाचा नाण्यासारखा गोल आकार आणि त्याचा गोडवा म्हणजे उज्वल भविष्याचे प्रतीक आहे. डच लोक नववर्षाच्या वेळी कपकेक्स, डोनट्स, ऑईल बॉल्स असे गोलाकार पदार्थ खातात. त्या वेळी बनवलेल्या ह्या खास ऑईल बॉल्समध्ये बारीक कापून शिजवलेले सफरचंद, बेदाणे, दालचिनीची पूड, साखर व सुकामेवा ह्यांचे सारण भरलेले असते.

क्यूबा, मेक्सिको आणि स्पेन ह्या देशांत रात्री बारा वाजता बारा द्राक्षे खाण्याची पद्धत आहे. प्रत्येक द्राक्ष हे नवीन वर्षातील एकेक महिन्यासाठी असते. ते जर गोड असले तर तो महिना चांगला जाणार, पण एखादे जर आंबट निघाले तर त्या महिन्यात काही तरी वाईट घडणार, असे मानले जाते. अशीच द्राक्षे खाण्याची प्रथा दक्षिण अमेरिकेतील काही देशांत थोड्या फार फरकाने पाळली जाते. तिथे बरोबर बारा वाजता घड्याळांत पडणाऱ्या प्रत्येक ठोक्याला एकेक द्राक्ष खाल्ले जाते व त्या वेळी मनात इच्छा केली जाते. ह्या सगळ्या इच्छा नवीन वर्षी पुऱ्या होतील, अशी त्यांना आशा वाटते.

नव वर्षाच्या वेळी गोड ब्रेड किंवा निरनिराळ्या केक्स करायची पद्धत पूर्वापार आहे; पण बऱ्याच देशांत ह्या वेळी केकच्या पिठात एक नाणे किंवा चार्म लपवून मग तो केक भट्टीत भाजायला ठेवतात. जेवणाच्या वेळी नाणे असलेला केकचा तुकडा कोणाला मिळतो त्याबद्दल अतिशय उत्सुकता असते. तो ज्याला मिळेल तो खूप

भाग्यवान समजला जातो. त्याचे नवीन वर्ष चांगले जाणार, ह्याची ती नांदी असते. ग्रीसमध्ये अंगठी किंवा गोल आकाराची वस्तू केकमध्ये ठेवतात. त्या केकचा पहिला तुकडा बाजूला काढून ठेवला जातो व त्यानंतरचे तुकडे तिथे असलेल्या लोकांना त्यांच्या वयानुसार दिले जातात. मेक्सिकोमध्ये तर रिंगच्या आकाराचा केक करतात. नॉर्वेमध्ये केकच्या जोडीने तांदळाचे पुडिंग करतात व त्यात अख्खा बदाम ठेवतात. तो बदाम ज्याला मिळेल तो नशीबवान ठरतो.

युरोपमधील काही देशांत हिरव्या भाज्या, मुख्य करून कोबी वा पालक खातात. ह्याच्या पानांचे नाते चलनी नोटांशी जोडले जाते. त्या तब्येतीसाठी चांगल्या असतातच; पण त्यामुळे आर्थिक भरभराट होते व घरात सुबत्ता नांदते, असे मानले जाते. अनेक आशियाई देशांत नवीन वर्षाच्या मध्यरात्री लांबलचक नूडल्स खायची प्रथा आहे व त्या खाल्ल्याने आयुर्मान वाढते, अशी समजूत आहे. अर्थात, त्या नूडल्स न तोडता खाणे, हे महत्त्वाचे आहे. आजही जपान व कोरियातील अनेक कुटुंबांमध्ये ही प्रथा पाळली जाते.

नववर्षाच्या खास मेजवानीच्या वेळी अनेक देशांत रोस्ट केलेले पोर्क असते. ते करण्या मागचे कारण मात्र फारच मजेशीर आहे. हा प्राणी कधीही मागे वळून न बघता कायम पुढे पुढे जात असतो. म्हणूनच नवीन वर्षी हॅम व पोर्क खाणाऱ्यांची प्रगतीकडे वाटचाल होईल व ते आपल्या क्षेत्रात पुढे पुढे जाऊन त्यांचा उत्कर्ष होईल, असे मानले जाते. ह्या उलट काही देशांत नववर्षाच्या वेळी खेकडा खाणे निषिद्ध समजतात. कारण खेकडा हा कायम उलटा आणि मागे मागे जात असतो.

टर्की आणि इतर मेडिटेरेनियन देशांत डाळिंब हे विपुलता व सुपीकता ह्याचे प्रतीक आहे. डाळिंबाचा लाल रंग मानवी हृदयाचे प्रतिनिधित्व करतो, त्याचे औषधी गुणधर्म उत्तम आरोग्यासाठी व गोल आकार सुबत्तेसाठी असतो. म्हणूनच नववर्षाची सुरुवात उत्तम होण्यासाठी व उर्वरीत वर्ष सुखासमाधानाने जावे, ह्यासाठी नवीन वर्ष सुरू व्हायच्या आधी डाळिंब खाण्याची प्रथा सर्वजण इमानेइतबारे पाळतात.

नवीन वर्षी खाण्याच्या पदार्थांबाबत अशा ज्या अनेक गमतीदार प्रथा आहेत. त्यावर सर्वांचाच काही विश्वास असतो असे नाही; पण गंमत म्हणून त्या प्रथा पाळणारेच जास्त असतात.

□

स्विस फाँड्यू

अशा मजा मजा अनुभवत आम्ही स्वित्झर्लंडसारख्या अप्रतिम निसर्गसौंदर्याने नटलेल्या देशात आलो. झुरीकमधील त्या संध्याकाळी फाँड्यू पार्टीचे आयोजन केले होते. स्वित्झर्लंडच्या खाद्यसंस्कृतीतला फाँड्यू हा एक खास पदार्थ आहे, त्यामुळे आम्ही सर्वांनी त्या पार्टीला जायचे ठरवले. ह्या पार्टीमध्ये फाँड्यू व वाईन तर होतेच; पण त्याबरोबर ते बनवण्याचे प्रात्यक्षिक व स्विस डान्स ह्या दोन गोष्टींचा समावेश होता.

रेस्टॉरंटमध्ये सहा जणांच्या गोल टेबलवर मधोमध फाँड्यूचे भांडे ठेवलेले होते. प्रत्येकाच्या समोर वाईन ग्लास व फॉन्ड्यूच्या स्टिक्स ठेवल्या होत्या. आम्ही आमच्या ठरलेल्या जागी स्थानापन्न झाल्यावर सर्वांना वाईन सर्व्ह केली गेली व त्याचे घुटके घेत आम्ही फाँड्यूबद्दलची माहिती व तो कसा बनवायचा ह्याचे प्रात्यक्षिक बघितले. ते झाल्यावर प्रत्येक टेबलवरच्या फाँड्यू पॉटखालची वात पेटवण्यात आली व त्याभोवती गाजर, ब्रोकोली अशा उकडलेल्या भाज्या, बटाट्याचे चिप्स, मीटचे तुकडे व लांबट आकाराचे ब्रेड असलेल्या बशा ठेवल्या गेल्या. एकीकडे संगीताच्या तालावर नृत्य सुरू झाले व आम्ही फाँड्यू आणि वाईनचा आस्वाद घेत त्याची मजा लुटली.

फॉंड्यूचा उगम हा आल्प्समधला. जेव्हा हिमवृष्टी चालू असते, तेव्हा लोकांना कित्येक दिवस घराबाहेर पडणे मुश्किल होते. अशा दिवसातली खाण्याची बेगमी आधीच करून ठेवावी लागते. त्यात प्रामुख्याने ब्रेडचा समावेश असतो. त्यांचा ब्रेड बाहेरून कडक व आतून मऊ असून तो बरेच दिवस टिकणारा असतो. ब्रेडच्या जोडीने चीज आणि वाईनसुद्धा कायम त्यांच्याकडे असते. आपल्या घरात उपलब्ध असलेले हे तीन पदार्थ वापरून आल्प्समधील शेतकरी आणि लहान गावातील लोकांनी फॉंड्यू नावाचा एक पदार्थ बनवायला सुरुवात केली. अल्पावधीतच हा

पदार्थ इतका लोकप्रिय झाला, की आज तो स्वित्झर्लंडचा राष्ट्रीय पदार्थ झाला आहे. ही स्विस डेलिकसी आजही पारंपरिक पद्धतीनेच बनवली जाते व तितक्याच आवडीने खाल्ली जाते. त्यांच्याकडे अगदी खास प्रसंगाच्या वेळी 'फॉन्ड्यू पार्टी' असते व त्या वेळी वाईन, फॉन्ड्यू व ब्रेड एवढेच पदार्थ असतात. दुसरे काही बनवत नाहीत. कारण फॉन्ड्यू ही साईड डिश नसून जेवणातला एक मुख्य पदार्थ समजला जातो.

स्विस पारंपरिक पद्धतीप्रमाणे फॉन्ड्यू कोणत्या भांड्यात बनवायचा व तो कसा खायचा, ह्याचे गणित ठरलेले असते. फॉन्ड्यू बनवायला दांडा असलेले भांडे वापरले जाते. टेबलाच्या मध्यभागी स्टँड ठेऊन त्यातला बर्नर अथवा मेणबत्ती पेटवून त्यावर तयार फॉन्ड्यूचे भांडे ठेवले जाते. तो गार झाला, की घट्ट व्हायला लागतो. त्यामुळे तो कायम बर्नरवर ठेवणे आवश्यक असते. बर्नरच्या उष्णतेमुळे तो कोमट राहून त्याची सांद्रता टिकून राहते. फॉन्ड्यूबरोबर नेहमी वाईन प्यायली जाते व तो बनवताना जी वाईन वापरली आहे तीच वाईन शक्यतो पिण्यासाठी दिली जाते. वाईनचे घुटके घेत लांब दांड्याच्या सळीला कापलेला ब्रेड लावून तो फॉन्ड्यूमध्ये बुडवून खाल्ला जातो.

खरा स्विस फॉन्ड्यू हा फक्त चीजचा असतो, पण हल्ली तिथे चॉकलेट वा इतर स्वादाचा फॉन्ड्यूही बनवला जातो. त्याबरोबर खाल्ल्या जाणाऱ्या ब्रेडच्या जोडीने उकडलेल्या भाज्या, बटाट्याचे चीप्स, वेफर्स, खारे क्रॅकर्स असे पदार्थही लोकांना आवडायला लागले आहेत. हा पदार्थ पूर्णपणे शाकाहारी असला, तरी काही वेळा त्यात बुडवून खाण्यासाठी मीटचा वापर केला जातो. स्वित्झर्लंडहून येताना सर्वसाधारणपणे चॉकलेटस, काऊ बेल्स, घड्याळे अशा वस्तूंची खरेदी होते; पण आमच्याकडे सर्वांनाच फॉन्ड्यू आवडत असल्याने मी ह्या वस्तूंच्या जोडीने स्विस फाँड्यूचा सेट आणला. त्यात लाल रंगाचे दांडा असलेले पोर्सलिनचे भांडे, ते ठेवायला स्टँड, त्यात लावायला मेणबत्त्या, लांब चमचा, सहा फाँड्यू स्टिक्स व त्या ठेवायला बांगडीच्या आकाराच्या सहा बशा आहेत. त्यातल्या पत्रकावर फाँड्यूविषयीची माहिती व तो करण्याची कृती मिळाली.

आज फाँड्यू हा पदार्थ व फॉन्ड्यू पार्टी जगभर लोकप्रिय झाल्या आहेत. सेटबरोबरच्या पत्रकात म्हटले आहे, की युरोप व अमेरिकेत तर त्याने लोकप्रियतेचा उच्चांक गाठला असून फाँड्यू सेट ही प्रतिष्ठित लोकांच्यात एक सर्वमान्य भेटवस्तू झाली आहे.

□

चीज फाँड्यू :

साहित्य : १.५ कप व्हाईट वाईन, ३ पाकळ्या बारीक वाटलेला लसूण, ३५० ग्रॅम किसलेले चिज.

कृती : वाईन, लसूण व चीज फाँड्यू पॉटमध्ये घालून हॉटप्लेटवर ठेवावे. चीज वितळेपर्यंत चमच्याने ढवळावे. फार घट्ट वाटले, तर त्यात अर्धा कप वाईन घालावी.

□

चॉकलेट फाँड्यू :

साहित्य : १ मोठे चॉकलेट, १/२ कप क्रीम, १ चमचा लोणी, २/३ थेंब व्हॅनिला इसेन्स.

कृती : चॉकलेटचे बारीक तुकडे करून फाँड्यू पॉटमध्ये घालून हॉटप्लेटवर ठेवावे. त्यात उरलेले पदार्थ घालून चॉकलेट वितळेपर्यंत चमच्याने ढवळावे. फार घट्ट वाटले तर त्यात थोडे दूध घालावे.

□

इटालियन खाद्यसंस्कृती

"स्वित्झर्लंड व फ्रान्सची सफर करून आम्ही इटलीला परत आलो. ह्या देशाचा काही भाग बघून झाला होता; पण उरलेला भाग आरामात हिंडून बघायचा असल्याने तिथे आमचा बराच मुक्काम होता. आम्हा दोघांनाही पिझ्झा, मॅक्रोनी, कॅनलोनी, स्पॅगेटी- मीट बॉल्स, तिरामिसू हे सगळे इटालियन पदार्थ मनापासून आवडतात. त्यामुळे रोम, पिसा व्हॅटिकन सिटी हे सर्व बघण्याबरोबरच आम्हाला अस्सल इटालियन पदार्थ खाण्याची मजा लुटायची होती.

इटली म्हटले, की आपल्या डोळ्यांसमोर फक्त पिझ्झा आणि पास्ता येतो, पण इटालियन खाद्यसंस्कृती ही अनेक स्वादिष्ट आणि रुचकर पदार्थांनी नटलेली आहे. सुपीक खोरी, घनदाट झाडी असलेले डोंगर आणि मेडिटेरेनियन समुद्राची साथ लाभलेल्या ह्या देशांतील खाद्यसंस्कृती अतिशय वैविध्यपूर्ण आहे. ती तशी का आहे, ह्याचे उत्तर त्याच्या इतिहासात व वैशिष्ट्यपूर्ण भौगोलिक पार्श्वभूमीत दडलेले आहे."

इटली हे युरोपच्या दक्षिणेकडे असलेले एक द्वीपकल्प असून त्याला फ्रान्स, स्वित्झर्लंड व ऑस्ट्रिया ह्या देशांचा शेजार लाभला आहे. सिसिली, सार्डिनिया अशा अनेक बेटांचाही इटलीमध्येच समावेश आहे. पूर्वी तिथे अनेक स्थलांतरीत लोक राहत असत, तर अनेक राजवटींनी इटालियन प्रदेश व्यापला होता. त्यापैकी बहुतेक जणांच्या खाद्य परंपरांचा ठसा देशाच्या त्या त्या भागातील पदार्थांवर उमटला आहे. ग्रीक लोकांच्या परंपरा व खाद्यसंस्कृतीच्या खुणा आजही इटलीमध्ये दिसून येतात. मुळातच इटली हा देश विविध परंपरांनी सजलेला आहे आणि तिथली खाद्यसंस्कृती हा त्याचाच एक भाग आहे.

पास्ता हा इटालियन खाद्यसंस्कृतीमधला एक अविभाज्य पदार्थ आहे. त्यांच्या रोजच्या खाण्यात भरपूर प्रमाणात पास्ता असतो. त्याचे आकार आणि प्रकारही खूप.

मैद्यात मीठ व पाणी घालून तो घट्ट भिजवायचा आणि लाटून त्याच्या वेगवेगळ्या आकाराच्या पट्ट्या कापून त्या शिजवायच्या, ही पास्ता बनवायची पूर्वापार चालत आलेली पद्धत. ताजा पास्ता सगळीकडे ह्याच पद्धतीने तयार केला जातो, पण वाळवलेला पास्ता तयार करण्याचा उगम मात्र इटलीमधला समजला जातो. तो चमचाभर तेल घातलेल्या पाण्यात शिजवून मग वापरला जातो. आजही इटलीमध्ये बऱ्याच ठिकाणी असा ताजा ताजा पास्ता विकत मिळतो, पण त्याच्यापेक्षा वाळवलेला पास्ता वापरण्याचे प्रमाण खूपच जास्त आहे.

आपल्याकडे जसे मऊ लुसलुशीत पोळ्या करणे म्हणजे स्वयंपाकातली निम्मी बाजी मारली असे असते, तसेच काहीसे इटलीमध्ये पास्ताच्या बाबतीत असते. प्रत्येक इटालियन गृहिणीला पास्ता बनवता यायलाच पाहिजे. आपल्याला माहीत असलेला व आपल्या वापरात असणारा पास्ता म्हणजे मॅक्रोनी व स्पॅगेटी. मॅक्रोनी म्हणजे पोकळ नळीसारखे लहान लहान तुकडे तर स्पॅगेटी म्हणजे लांबलांब सुरनळ्या. काही प्रकारांत लाटलेल्या पिठाचे चौकोनी तुकडे कापून त्याच्या घड्या घालून त्यांना पंख्यासारखा आकार दिलेला असतो, तर काही चपट्या पण लांब लांब असतात. काही शंकरपाळ्याच्या आकाराच्या, तर काही गोलाकार असतात. आकार बदलला तरी मूळ चव मात्र एकच असते. वेगवेगळ्या आकारांनुसार त्यांना वेगवेगळी नावे दिली आहेत. प्रत्येक प्रकारानुसार त्यावर कोणत्या प्रकारचा सॉस व कोणती हर्बज घालायची ते ठरलेले असते. ह्यातल्या सगळ्याच प्रकारात निरनिराळ्या स्वादाचे व चवीचे चीज वापरलेले असते.

पास्ता हा एक परिपूर्ण अन्नपदार्थ आहे. इटलीतील काही भागांत गव्हाच्या पिठापासून पास्ता बनवला जातो. सर्वसाधारणपणे इटालियन माणूस चमचाभर लोणी,

थोडे ऑलिव्ह ऑइल, मीठ, मिरपूड, हर्बज आणि चीज घालून पास्ता खातो; पण जरा निगुतीने खायचे म्हणजे त्यावर सॉस पाहिजेच. पास्तावर घालायचे निरनिराळे सॉस व चीज म्हणजे एक स्वतंत्र विषय आहे. बोलोनीज सॉसमध्ये भरपूर टॉमॅटो प्युरेमध्ये खिमा शिजवला जातो. हा सॉस स्पॅगेटीवर घालून खाल्ला जातो. ह्याच पदार्थाचे एक वेगळे रूप म्हणजे स्पॅगेटी वुइथ मीट बॉल्स. खिम्याचे लहान लहान गोळे स्टॉकमध्ये शिजवून घ्यायचे. टॉमेटो सॉसमध्ये शिजवलेल्या स्पॅगेटी व त्यावर मीट बॉल्स आणि चीज घालून सर्व्ह करायचे. व्हाइट सॉस हा मैदा व दूध वापरून, तर ग्रीन सॉस पालक पेस्ट व दूध वापरून केलेला असतो. ह्या सगळ्या सॉसमध्ये हर्बज व लसूण भरपूर प्रमाणात वापरलेला असतो.

उत्तर आणि दक्षिण इटलीमधल्या खाद्यसंस्कृतीत बराच फरक आहे. हा फरक जाणवतो तो मुख्यतः स्वयंपाकात वापरल्या जाणाऱ्या स्निग्ध पदार्थांमुळे व पास्त्याच्या प्रकारांमुळे. उत्तरेकडे लोणी, क्रीम आणि अंडी वापरून केलेला ताजा पास्ता वापरला जातो; तर दक्षिणेकडील भागात मोझेरिला चीज, वाळवलेला पास्ता आणि ऑलिव्हचे तेल वापरले जाते. दोन्हीकडच्या खाद्यसंस्कृतीत हर्बज व चीजचा महत्त्वपूर्ण वाटा आहे. चीजमुळे पदार्थाची चव आणि गुणवत्ता तर वाढतेच, पण ते वापरून केलेले क्रीमी सॉस पास्ताची लज्जतही वाढवतात.

पास्ताप्रमाणेच सॅलड, भात, सूप्स व इतर स्नॅक्समध्ये ही चीजचा भरपूर वापर केलेला आढळून येतो. तिथे चीजही असंख्य प्रकारचे मिळते. काही प्रकारचे चीज पदार्थ शिजताना त्यात घालण्यासाठी असते; तर काही प्रकार सॉसमध्ये घालण्यासाठी वापरतात. किसलेले चीज व चीज पावडर शक्यतो पदार्थांवर घालण्यासाठी वापरली जाते, तर काही खास चीज फक्त वाईनबरोबर खाण्यासाठी असते. काही चीज उग्र चवीचे असते, तर काही जरासे कडवट चवीचे असते. बेक करण्याच्या पदार्थात व पिझ्झावर मात्र शक्यतो मोझेरिला चीजच वापरतात. ते गरम केल्यावर त्याला जी तार येते, ती त्यातली खरी मजा. असे एक ना अनेक प्रकारचे चीज इटलीमध्ये उपलब्ध असते.

प्रत्येक देशात निरनिराळ्या भागांतले पदार्थ व ते बनवण्याच्या पद्धती भिन्न भिन्न असतात. इटलीमध्ये घरगुती खाण्याचे पदार्थ चाखून बघायचे असतील, तर ट्रॅटोरियाजमध्ये जावे तिथे त्या विशिष्ट भागांतले स्वाद, चवी व संस्कृती अनुभवता येतात. ह्या प्रकारच्या जॉइंट्समध्ये तिथले खास पदार्थ चाखून बघता येतातच, पण बरेच वेळा त्याच्या मालकाशी थेट संवाद साधता येतो. त्यामुळे आपल्याला त्यांच्या देशाबद्दल व खाद्यसंस्कृतीबद्दल बरीच माहितीही मिळते. इटलीमधल्या मोठ्या रेस्टॉरंटमध्ये गेलो, तर पदार्थांचे पोर्शन्स खूप मोठे असतात. ते ऑर्डर करताना

आपल्याला अंदाज येत नाही, पण पास्ताचा एक पोर्शन आपल्याकडच्या तिघांना भरपूर होतो.

आम्हाला तिथला पिझ्झा जरा वेगळ्या चवीचा वाटला व तो फारसा आवडला नाही. मग त्या रेस्टॉरंटमधल्या स्टुअर्टने सांगितले, की 'इथे तुम्ही अमेरिकन पिझ्झा ऑर्डर करा म्हणजे तुम्हाला तुमच्या मनात पिझ्झाची जी चव आहे, तसा पिझ्झा मिळेल.' हा पदार्थ जरी मूळचा इटालियन असला, तरी तो आज जगभर लोकप्रिय करण्यात अमेरिकन पिझ्झा चेन्सचा मोठा वाटा आहे. आपल्यासारख्या अनेक लोकांना खऱ्या इटालियन पदार्थांपेक्षा अमेरिकन पिझ्झा व पास्ताचीच चव जास्त करून माहीत झाली आहे.

इटालियन जेवण हे तीन-चार भागांत विभागलेले असते. वाइन ही शक्यतो रात्रीच्या जेवणाच्या आधी सर्व्ह केली जाते व त्याबरोबर ऑलिव्ह ऑइलमध्ये परतलेले माशाचे वा चिकनचे लहान लहान तुकडे, चीजचे तळलेले क्युब्ज, ब्रेडच्या लहान तुकड्यांवर बारीक चिरून परतलेले टोमॅटो, अशासारखे अनेक पदार्थ दिले जातात. जेवणाची सुरुवात सूपपासून होते. इटालियन सूपची खासियत म्हणजे त्यात पास्ता, शिजवलेला भात किंवा भाज्या घालून त्याला दाटपणा दिलेला असतो. त्याबरोबर जो ब्रेड देतात, त्यावर निरनिराळ्या प्रकारची टॉपिंग्ज घातलेली असतात. इटालियन स्वयंपाकात ब्रॉथ म्हणजे भाज्या किंवा मटणाचे कढण हा फार महत्त्वाचा घटक आहे. बहुतेक सूप्स अशा ब्रॉथपासून केलेली असतात. वेगवेगळे सॉसेस, भात अथवा पास्ता करताना त्या त्या प्रकारचा ब्रॉथच वापरला जातो. त्यामुळे पदार्थाला एक वेगळीच चव येते. खरे तर ह्या पहिल्या दोन कोर्समध्येच आपले पोट भरते; पण त्यानंतर जेवणातला मुख्य पदार्थ येतो.

मुख्य पदार्थात मीट घातलेला पास्ता किंवा भात असतो. रिसिटो हा इटालियन पद्धतीचा भात करताना लांब तांदूळ भाज्यांच्या स्टॉकमध्ये शिजवतात व त्यात लोण्यात परतलेल्या भाज्या व चिकन घालतात. ह्या भाताला खरा स्वाद येतो तो त्यात घातलेल्या केशर, वाइन व चीजमुळे. अशाच आणखी काही इटालियन डेलिकसीज म्हणजे टोरटेलोनी, कॅनलोनी अशासारखा स्टफ्ड पास्ता आणि लझाना. लझाना म्हणजे खिमा वा भाज्यांचे मैद्याच्या पट्ट्यांवर लावलेले दोन-तीन थर. त्या प्रत्येक थरावर भरपूर सॉस व चीज घालून, ते बेक करतात.

चिकन व माशाच्या पदार्थांबरोबर भरपूर सॅलड असते. इटालियन स्वयंपाकात ज्या भाज्या वापरल्या जातात त्यात प्रमुख्याने वांगी, झुकीनी, ढोबळी मिरची, ब्रोकोली, गाजर, पालक ह्या भाज्या असतात. बेसील, ओरेगानो, रोझमेरी ही हर्बजही भरपूर प्रमाणात वापरली जातात. त्यापैकी रोझमेरी व ओरेगानो ही हर्बज इटालियन पदार्थांत

हटकून असतातच. काळसर रंगाची ताजी पाने व सुका ओरेगानो टोमॅटोचा बेस असलेल्या पदार्थांमध्ये जास्त वापरला जातो. रोझमेरीला जरा उग्र वास असतो व तो पास्ता सॉस, रिसोटो किंवा भाज्यांमध्ये वापरतात.

जगातल्या बहुतेक सर्व रेस्टॉरंटच्या मेन्यूकार्डवर असलेले तिरामिसू हे क्लासिक डेझर्ट मूळचे इटालियन आहे, हे अनेकांना माहीत नसेल. त्याचा उगम व्हेनीस जवळच्या एका लहानशा गावातला. गेल्या काही वर्षांत ते जगभर लोकप्रिय झाले आहे, ते त्याच्या अप्रतिम चवीमुळे. आज तिरामिसूची मूळ चव तीच ठेवून प्रत्येक ठिकाणी त्यात काही तरी वेगळेपणा आणलेला दिसतो, तर काही ठिकाणी ते करण्याच्या पद्धतीतही थोडा-फार बदल केलेला दिसतो. जेवणानंतर ताजी फळे, रमकेक, चीजकेक व वेगवेगळ्या स्वादाची आइस्क्रीम्स दिली जातात. लेमन आइस्क्रीम हा मी इटलीमध्ये खाल्लेला आइस्क्रीमचा वेगळाच प्रकार. अशा एकाहून एक सरस पदार्थांची रेलचेल असलेल्या इटालियन जेवणाची सांगता एक्सप्रेसो कॉफी व लिक्युअरने होते. बहुतेक इटालियन लिक्युअर्स ह्या फळांपासून बनवलेल्या असतात.

इटालियन खाद्यसंस्कृतीप्रमाणे जेवण म्हणजे मित्रमंडळींबरोबर व कुटुंबाबरोबर घालवायचा वेळ, असे समीकरण आहे. त्यामुळेच जेवण हे उत्तम स्वादाच्या वाईनचे घुटके घेत, हसत खेळत, शांतपणे गप्पा मारत व प्रत्येक पदार्थाचा आस्वाद घेत झाले पाहिजे, असे इटालियन लोक मानतात.

□

फिरते फूड जॉईंट्स आणि फिरती रेस्टॉरंट्स

खाण्याचे पदार्थ मिळणारे चालते फिरते ठिकाण ही कल्पना ऐकायला जरा वेगळी वाटली, तरी आपल्या आजूबाजूला अशी किती तरी फिरती खाण्याची ठिकाणे आपल्याला आढळून येतील. अशा फिरत्या खाण्याच्या जागा टेंपो, रिक्षा, बस, जहाज, रेल्वे अशा एखाद्या वाहनात असू शकतात किंवा अगदी हातगाडी, सायकल किंवा स्कूटरवरसुद्धा असू शकतात. फिरत्या रेस्टॉरंटचे किंवा फिरत्या फूड जॉईंटचे दोन प्रकार आहेत. एकात तो फूड जॉईंट वेगवेगळ्या ठिकाणी जाऊन थांबतो व त्या जॉईंटवर तयार होणारे पदार्थ आपण एका जागी उभे राहून खातो, तर दुसऱ्या प्रकारात ते रेस्टॉरंट ज्या वाहनात आहे, त्या वाहनात बसून रेस्टॉरंटमधल्या पदार्थांचा आस्वाद घेत आपण प्रवास करतो.

माझ्या ठिकठिकाणच्या भटकंतीमुळे व त्या त्या ठिकाणचे पदार्थ खाऊन बघण्याच्या आवडीमुळे मला अशा अनेक चालत्या फिरत्या खाण्याच्या ठिकाणांना भेटी देता आल्या. त्यात निरनिराळे खाद्यपदार्थ बनवून सर्व्ह करणाऱ्या व्हॅन्स होत्या, तशा सायकलनी ओढता येणाऱ्या खाद्यपदार्थांच्या गाड्यासुद्धा होत्या.

आपल्याकडे 'फूड व्हॅन्स' फारशा दिसत नसल्या, तरी परदेशात त्या खूपच लोकप्रिय आहेत. ह्या व्हॅन्समध्ये लहानसे पण अतिशय स्वच्छ आणि नीटनेटके असे स्वयंपाकघर असते व तिथे आपल्यासमोर पदार्थ बनवले जातात. त्यातले बहुतेक पदार्थ अगदी साधे पण चविष्ट, सर्वांना आवडणारे आणि पोटभरीचे असतात. ह्या व्हॅन्समध्ये वाफल्स, सँडविचेस, हॉटडॉग्ज, बर्गर्स, असे विशिष्ट प्रकारचे पदार्थ मिळतात व त्या व्हॅन्स ठरावीक वेळेला ठरावीक ठिकाणी जाऊन उभ्या राहतात. शहराच्या निवासी भागात, दुपारच्या जेवणाच्या वेळी एखाद्या ऑफीस वा कॉलेजशेजारी किंवा पार्कच्या बाहेर अशा व्हॅन्स दिसतात. थोड्या जागेत होणाऱ्या व बनवायला फारसे

कौशल्य न लागणाऱ्या ह्या पदार्थांचे दर सर्वांना परवडणारे असतात. ह्या व्हॅन्स म्हणजे आपल्याकडच्या भेळ, पाणीपुरी, पराठा, वडापाव असे पदार्थ मिळणाऱ्या गाड्यांची सुधारीत आवृत्ती म्हटली पाहिजे.

ह्यावरून मला होस्टेलवर राहत असताना फर्ग्युसन रोडवर येणारा बिर्याणीचा टेंपो आठवला. चाळीस-बेचाळीस वर्षांपूर्वीची गोष्ट. त्या वेळी होस्टेलचे मेस रविवारी रात्री बंद असे. ही गोष्ट लक्षात घेऊन एकजण दर रविवारी रात्री आठ वाजता आपल्या टेंपोमधून एक व्हेज व एक नॉनव्हेज बिर्याणीचे पातेले घेऊन येत असे. स्वत: बनवलेली ती बिर्याणी त्याची बायको पेपर प्लेटमध्ये घालून देई व टेंपोवाला त्याचे पैसे घेण्याचे आणि टेंपो चालवण्याचे काम करत असे. त्यांची ती स्वस्त आणि मस्त बिर्याणी हां हां म्हणता संपून जायची. काही दिवसांनी तो यायचा बंद झाला; पण त्या बिर्याणीची चव मात्र कायम लक्षात राहिली. बिर्याणीचा हा फिरता जॉईंट रोज वेगवेगळ्या ठिकाणी जाऊन उभा राहत असे.

एका टीव्ही चॅनलवर तर जगभरातील अशा फिरत्या खाद्यपदार्थांच्या व्हॅन्स, हातगाड्या, फिरते स्टॉल आणि तिथे मिळणारे खाद्यपदार्थ ह्यावर एक कार्यक्रम दाखवला जातो. त्यात ती ठिकाणे, तिथे मिळणारे खाद्यपदार्थ व त्याबद्दलची माहिती व ते बनवणाऱ्या माणसाची मुलाखत दाखवली जाते. एका कार्यक्रमात चेन्नईमधली मसाला डोसाची गाडी आणि मुंबईतली वडापावची गाडीसुद्धा दाखवली गेली.

आजच्या धकाधकीच्या आयुष्यात घरच्या बाईला कामासाठी बराच काळ बाहेर रहावे लागते, त्यामुळे घरी वेगवेगळे पदार्थ करणे वा लोकांना घरी जेवायला बोलावणे अशा गोष्टी खूपच कमी झाल्या आहेत. ह्यातूनच 'मोबाईल केटरिंग' ह्या कल्पनेचा उगम झाला. ह्यात केटररकडून जेवणाचे पदार्थ, टेबल खुर्च्या व इतर सामान गाडीतून आपल्या घरी आणले जातात व सर्वांना ते जेवण सर्व्ह करून झाल्यावर आवराआवरी करून सामान गाडीत घालून नेले जाते. ह्या सेवेमुळे यजमानीणबाईंना आलेल्या पाहुण्याचे उत्तम प्रकारे आदरातिथ्य करता येते.

आजकाल लोकांच्यात बाहेर जाऊन खाण्याची वृत्ती खूपच वाढली आहे. त्यांना रेस्टॉरंटमध्ये जाऊन खायचे असते; पण तिथे असलेली गर्दी, थांबायला लागणारा वेळ, रस्त्यावरची गर्दी आणि त्यातून वाहन चालवत जाणे, ह्याचा कंटाळा येतो. अशा वेळी फोनवरून किंवा इंटरनेटवरून तिथले जेवण मागवता येते. अगदी थोड्या वेळात ते गरमागरम जेवण स्कूटरवरून अथवा व्हॅनमधून घरपोच केले जाते. अशी सेवा पूर्वी फक्त पिझ्झा, बर्गर असे पदार्थ मिळणाऱ्या चेन्सकडून मिळत असे, पण आता ती बहुतेक सर्व रेस्टॉरंटमधून मिळू शकते.

ह्या फिरत्या फूड जॉईंट्सची पुढची पायरी म्हणजे बस, रेल्वे व जहाज अशा मोठ्या

वाहनांमध्ये असलेली रेस्टॉरंट्स. चेन्नईमध्ये काही वर्षांपूर्वी एका डबलडेकर बसमध्ये 'हायजॅक' नावाचे रेस्टॉरंट सुरू केले गेले. उत्तम खाद्यपदार्थ, मौज व स्थलदर्शन अशा तिन्ही गोष्टी एकत्रितपणे अनुभवता याव्यात, ह्या उद्देशाने सुरुवात केलेले हे रेस्टॉरंट अल्पावधीतच अतिशय लोकप्रिय झाले. एखाद्या रेस्टॉरंटसारखी बसण्याची व्यवस्था केलेल्या ह्या बसचा वरचा डेक उघडा असून खालचा मजला वातानुकूलित आहे. बसच्या वेळेनुसार तिथे व्हेज व नॉनव्हेज पदार्थ सर्व्ह केले जातात. त्यात नाश्ता, जेवण तसेच दुपारचे खाणे ह्याचा सामावेश असतो. दर पंधरा दिवसांनी त्याच्या मेन्यूमध्ये बदल केला जातो. ह्याच धर्तीवर आता मुंबईतही 'दी मूव्हींग कार्ट' हे डबलडेकर बसमधले रेस्टॉरंट सुरू झाले आहे. उत्तमोत्तम पदार्थांचा आस्वाद घेत प्रसिद्ध ठिकाणे बघत ह्या बसमधून हिंडणे, म्हणजे एक वेगळाच अनुभव असतो. ह्या बसमधील रेस्टॉरंटमध्ये किटी पार्टीज, थीम पार्टीज व ॲनिव्हर्सरीसारखे कार्यक्रमसुद्धा आयोजित केले जातात.

रेल्वेमध्ये जी पॅन्ट्री कार किंवा डायनिंग कार असते, ते ही एक प्रकारचे फिरते रेस्टॉरंटच म्हटले पाहिजे. बरेच वेळा ट्रेनची वेळ गाठायच्या गडबडीत घरी चहा कॉफी किंवा नाश्ता घ्यायचा रहातो. मग त्या रेल्वे प्रवासात तिथल्या डायनिंग कारमध्ये बसून शांतपणे चहा पिता येतोच; पण तिथे नाश्ता व जेवण ह्याची पण सोय असते. आपल्या सर्वांच्या जिव्हाळ्याच्या डेक्कन क्वीनमधली सुमारे ३० लोक बसू शकतील अशी डायनिंग कार, म्हणजे एक मस्त रेस्टॉरंटच आहे. पुणे-मुंबई प्रवासात ह्या डायनिंग कारमध्ये बसून ऑमलेट ब्रेड, कटलेट, चीज टोस्ट अणि बेक्ड बीन्स ऑन टोस्ट हे खास पदार्थ खाण्याची मजा काही औरच असते; तर मुंबईहून पुण्याला येताना फ्राईड फिश व पारसी डेअरीची कुल्फी खाणे, हे एक आकर्षण असते. हे सगळे पदार्थ म्हणजे

डेक्कन क्वीनच्या डायनिंग कारची खासियत आहे. अशीच सुविधा शताब्दी, राजधानी व इतर अनेक गाड्यांमध्येही पुरवली जाते. रेल्वेमधील पॅन्ट्री कारमुळे कामाला जाणाऱ्या लोकांची खूपच सोय होते. गाडीतून उतरल्यावर खाण्यासाठी वेळ वाया न जाता सगळा वेळ कामासाठी देता येतो. लांबच्या प्रवासात घरून खाण्याचे पदार्थ घेऊन जाण्याकडे अनेकांचा कल असतो; पण रेल्वेमधल्या पॅन्ट्रीकारमध्ये वेगवेगळे पदार्थ मिळत असल्याने तो त्रास वाचतो.

भारतीय रेल्वेची अशीच एक पंचतारांकित गाडी म्हणजे 'पॅलेस ऑन व्हील्स'. नावाप्रमाणे खरोखरच ही गाडी एखाद्या राजवाड्यासारखी सजवली आहे. तिथली सजावट, खाणे, पिणे, राहणे हे सगळेच अगदी राजेशाही आहे. दिल्लीहून सुरू होणाऱ्या ह्या संपूर्ण प्रवासात त्या गाडीमध्येच राहायची सोय केलेली असते. ह्या गाडीत 'महाराजा' आणि 'महाराणी' ही दोन राजस्थानी सजावट केलेली रेस्टॉरंट्स आहेत. तिथे भारतीय जेवण तर मिळतेच, पण त्याबरोबर चायनीज व कॉंटिनेंटल जेवण मिळण्याचीही सोय आहे. निरनिराळे राजस्थानी पदार्थ ही या दोन्ही रेस्टॉरंटची खासियत आहे. दिल्लीजवळची व राजस्थानमधली इतिहासाने समृद्ध अशी प्रेक्षणीय गावे बघण्यासाठी अनेक परदेशी पर्यटक ह्या गाडीची निवड करतात. राजेशाही थाट, उत्तम जेवण व भारतीय आदरातिथ्याचा अनुभव पर्यटकांना पॅलेस ऑन व्हील्समध्ये मिळतो.

राजस्थानमधील टुरिझम वाढवण्याचा हेतू ठेवून सुरू केलेल्या ह्या गाडीला पर्यटकांचा प्रचंड प्रतिसाद मिळाला. तो बघून त्याच मार्गावर थोडा-फार बदल करून 'रॉयल राजस्थान ऑन व्हील्स' ही दुसरी गाडी सुरू करण्यात आली. ह्या गाडीमध्ये सोनेरी रंगात सजावट केलेले 'स्वर्ण महाल' आणि क्रिस्टल व आरसे ह्यांची सजावट केलेले 'शीश महाल' अशी दोन रेस्टॉरंट्स आहेत. ह्या ठिकाणी मिळणारे उत्तमोत्तम राजस्थानी व इतर पदार्थ खाणे म्हणजे खवय्यांना पर्वणीच असते. पूर्वीच्या काळी राजेमहाराजे प्रवासाला जात, तेंव्हा त्यांची राहण्याची आणि खाण्याची राजेशाही सुविधा असलेले खास कोच बनवले जात असत. त्यावरूनच कल्पना घेऊन बनवलेल्या ह्या दोन्ही गाड्यांमधला शाही खाना व इतर सोयींमुळे एखाद्या राजासारखा प्रवास करता येतो.

ह्याच धर्तीवर कर्नाटक टुरिझमने 'गोल्डन चॅरियट' ही कर्नाटक व गोवा ह्या मार्गावर धावणारी गाडी सुरू केली. त्यात पुराणातले दाखले घेऊन सजावट केलेली 'नल' व 'रूची' अशी दोन रेस्टॉरंट्स असून तिथे बुफे पद्धतीने जेवण सर्व्ह केले जाते. सर्वांत महाग समजल्या जाणाऱ्या 'महाराजा एक्सप्रेस' ह्या गाडीत 'रंग महाल' व 'मयूर महाल' अशी दोन रेस्टॉरंट्स आहेत. दोन्ही ठिकाणी बेचाळीस लोकांची आसनव्यवस्था

आहे. ह्यामागची कल्पना अशी, की सर्व प्रवासी एका वेळी एकत्र बसून भोजनाचा आस्वाद घेऊ शकतील.

कोकणातील पर्यटन विकसित व्हावे ह्या दृष्टीने महाराष्ट्रातही ह्याच धर्तीवर 'डेक्कन ओडिसी' ही गाडी सुरू करण्यात आली. ह्या गाडीत दोन रेस्टॉरंट्स असून तिथे इतर पदार्थांच्या जोडीने अस्सल महाराष्ट्रीयन पदार्थ सर्व्ह केले जातात. पर्यटकांचा पुरेसा प्रतिसाद न मिळाल्यामुळे मध्यंतरी ह्या गाडीची सेवा स्थगित करण्यात आली होती.

वेगवेगळ्या देशांत मी अनेक फिरत्या कॉफी शॉपचा अनुभव घेतला आहे. त्यातसुद्धा सायकलने ओढता येणारी कॉफीची गाडी, स्कूटरवर बसवलेले एक्स्प्रेसो कॉफीचे मशीन, मागच्या भागात कॉफी करण्याची सोय असलेला टेंपो, तर स्कूटरला जोडलेला ट्रेलर, असे किती तरी प्रकार बघायला मिळाले. ह्या सर्व ठिकाणी स्वच्छता खूप होती. ही वाहने जिथे आणत, तिथे लगेच घडीच्या एक दोन खुर्च्या टाकून बसायचीही सोय केली जाते. असे आहेत हे खाद्यपदार्थ मिळण्याचे फिरते जॉईंटस व फिरती रेस्टॉरंट्स. त्यावर जितके लिहावे तितके थोडे आहे.

□

पाण्यावर तरंगणारी पंचतारांकित हॉटेल्स

“क्रूझवर जायला आम्हा दोघांनाही खूप आवडते. युरोप, अमेरिका, मेडिटेरेनियन व फार इस्टमध्ये सागर पर्यटनाचा आम्ही मनसोक्त आनंद लुटला व प्रत्येक वेळी नवीन अनुभव घेतला. ही लक्झरी लाइनर्स म्हणजे सर्व सुखसोयींनी सज्ज असे पाण्यावर तरंगणारे लहानसे गावच असते. त्यांची अंतर्गत सजावट म्हणजे तर काही विचारायलाच नको. उंची गालीचे, फुलांच्या आकर्षक सजावटी, सुंदर सुंदर पेंटिंग्ज, दिव्यांचा झगमगाट आणि अप्रतिम असे स्वागत कक्ष. पहिल्या नजरेतच ते वातावरण आपल्याला जिंकून घेते. जगातील म्हणाल त्या देशातील पदार्थ तुम्हाला तिथल्या रेस्टॉरंटमध्ये दिवसाच्या कोणत्याही वेळी मिळू शकतात. जहाजावरील कॉफी शॉप हे तर माझे अगदी आवडते ठिकाण. तिथे बसून अथांग पसरलेल्या समुद्राच्या पाण्याकडे बघत आवडत्या स्वादाच्या कॉफीचा आस्वाद घेण्यात एक प्रकारची मजा असते”

असे हे जलपर्यटन सध्या पर्यटन उद्योगातील एक महत्त्वाचे आकर्षण बनले आहे. त्यात समुद्राप्रमाणेच नदीतील सफरींचे पर्यायसुद्धा उपलब्ध असतात. त्यातल्या काही आपल्या माहितीच्या म्हणजे नाईल क्रूझ, ॲमेझॉन क्रूझ व ऱ्हाइन क्रूझ ह्या आहेत. समुद्रावरील बोटींच्या मानाने नदीतील बोटी अर्थातच खूप लहान असतात. नदीच्या संथ प्रवाहातून मंद गतीने काठावरील निसर्गसौंदर्याचा आस्वाद घेत वाटेवरील गावात उतरून फेरफटका मारायचा, असा प्रकार ‘रिव्हर क्रूझ’ मध्ये असतो. त्यावर फार फार तर शंभर-दीडशे लोकांची राहायची, जेवायची व करमणुकीची सोय असते. त्यातल्या लहान बोटींमध्ये लोकांची बसायची जागा म्हणजे एक रेस्टॉरंटच असते. मागच्या बाजूला स्वयंपाक बनवला जातो व लोक त्याचा आस्वाद घेत बोटीतून सफर करत असतात. काही ठिकाणी अशा बोटी एखाद्या कुटुंबाच्या मालकीच्या असतात. ते आपल्या बोटीतून पर्यटकांना काही तासांची सफर व जेवण अशी सुविधा

देतात. केरळच्या बॅकवॉटरमध्ये अशा खूप बोटी बघायला मिळतात. केरळी पद्धतीने बनवलेले ताजे ताजे मासे हे तिथले मुख्य आकर्षण असते.

ह्या उलट समुद्रातील क्रूझ शिप्स म्हणजे सगळा प्रकार एकदम भव्य-दिव्य असा असतो. तिथे हजारो लोकांची राहण्याची सोय, खूप वर्दळ, धामधूम, अनेक कार्यक्रम आणि भरपूर भपका असतो. ह्या जहाजांना पाण्यावर तरंगणारी पंचतारांकित हॉटेल्स म्हटले, तर काही वावगे ठरणार नाही. हजार-दोन हजार लोकांना घेऊन सफरीला निघालेल्या ह्या जहाजांवर वेगवेगळ्या प्रकारची अनेक रेस्टॉरंट्स असतात. तिथे एक मुख्य डायनिंग हॉल, एक मध्यम आकाराचा डायनिंग हॉल व इतर अनेक स्पेशॅलिटी रेस्टॉरंट्स, असा काहीसा प्रकार असतो. ह्या स्पेशॅलिटी रेस्टॉरंटमध्ये चायनीज, इटालियन, जॅपनीज अशी रेस्टॉरंट्स असून बहुतेक बोटींवर त्यांच्यासाठी वेगळे लहानसे स्वयंपाकघर असते. बोटीवर कॉफीशॉप व्यतिरिक्त एक रेस्टॉरंट असे असते, की ते चोवीस तास उघडे ठेवले जाते. तिथे दिवसाच्या त्या त्या वेळेनुसार निरनिराळे पदार्थ मिळतात.

सकाळचा नाश्ता व दुपारचे जेवण ह्यासाठी शक्यतो बुफे लावलेला असतो व जगातील सर्व प्रकारचे खाद्यपदार्थ इथे उपलब्ध असल्यामुळे खाण्यापिण्याची अगदी चंगळ असते. तिथे नेहमीपेक्षा हालचालही जरा कमीच होते व त्यामानाने खाणे जरा जास्तच होते. एरवी आपल्याला असे चार-चार वेळा भरपेट जेवणाची सवय नसते. क्रूझवर खाणे सोडून दुसरे काहीच करायला नसते अशी बऱ्याच जणांची समजूत असते. त्यातला पहिला भाग काही अंशी खरा आहे; पण महत्त्वाची गोष्ट म्हणजे

जर जास्त खाणे होत असेल, तर त्या कॅलरीज जिरवायला तिथे जिम, जॉगिंग ट्रॅक, स्विमिंग पूल बास्केट, बॉल कोर्ट, मिनी गोल्फ कोर्स हे सर्व असतेच.

प्रत्येक जहाजावर कॉफी शॉप हे निरनिराळ्या प्रकारचे असते. तिथे आपल्याला हवी तशी कॉफी आपण बनवून घेऊ शकतो. एका क्रूझवरील कॉफीशॉपमध्ये कॉफी व कॉफीशी निगडीत अशा विषयांवरील अनेक पुस्तके व वेगवेगळी पझल्स ठेवली होती. एका कॉफीशॉपमध्ये ड्रॉईंग व पेंटींगचे साहित्य ठेवले होते व लोक कॉफीचे घुटके घेत स्केचेस करत होते. सहप्रवाशांशी गप्पा मारण्यासाठी तर जहाजावरील कॉफी शॉपसारखी दुसरी जागा नाही,

सर्वच क्रूझवर रात्रीचे जेवण म्हणजे एक प्रकारचा शाही खाना असतो व तो कधीही चुकवू नये. त्या वेळी डायनिंगरूममध्ये प्रत्येकाला आपल्या आरक्षित केलेल्या जागेवरच बसवे लागते. कधी कधी दोघांचे टेबल मिळत नाही, तेव्हा आणखी कोणाबरोबर तरी टेबल शेअर करावे लागते. क्रूझवरचे सहप्रवासी वेगवेगळ्या देशांतील व वेगवेगळ्या व्यवसायांतील असल्याने जेवणाच्या वेळी त्यांच्याबरोबरच्या गप्पा हा माझा त्या दिवसाचा महत्त्वाचा भाग असतो. टेबलवर सर्व्ह केल्या जाणाऱ्या पाच कोर्सच्या जेवणाची लज्जत त्यामुळे आणखीच वाढते. प्रवासातील एक दिवस कॅप्टन्स डिनर असते. तेव्हा कॅप्टनचे प्रवाशांना उद्देशून भाषण होते. आपल्या सेवेत असणाऱ्या बोटीवरील अनेक कर्मचाऱ्यांची त्या वेळी सर्वांशी ओळख करून दिली जाते. बऱ्याच क्रूझवर डिनरसाठी फॉर्मल ड्रेस घालावा लागतो. त्या वेळी आपापल्या देशाचा ड्रेस घातला तरी चालतो.

क्रूझवरील काही गोष्टी अगदी वेगळ्या प्रकारच्या व कायम लक्षात रहाणाऱ्या असतात. एका क्रूझवर मी नेसलेल्या कांजीवरम साडीमुळे मला 'बेस्ट नॅशनल ड्रेस'चे बक्षीस मिळाले होते; तर एका क्रूझवर आनंदला जहाजाने आर्क्टिक सर्कल क्रॉस करण्याची वेळ सांगितल्याबद्दल बक्षीस मिळाले होते. हे दोन व पृथ्वीतलावरील सर्वांत उत्तरेकडील टोकावर जायची सहल, हे प्रसंग त्यापैकीच काही. मनाच्या कोपऱ्यात कायमचे कोरले गेलेले.

□

आंतरराष्ट्रीय कॅफे

"'गुड बुक्स फॉर ऑल' ह्या संस्थेची 'लोगोस होप' ही बोट पन्नास देशांतील चारशे स्वयंसेवक व सात ते आठ हजार पुस्तके घेऊन पंधरा दिवसांसाठी दुबईच्या पोर्ट रशीदमध्ये येऊन दाखल झाली होती.

अनेक मागासलेल्या देशांतील लोकांना पुस्तके वाचायला तर सोडाच; पण बघायलासुद्धा मिळत नाहीत. त्यांना अशा प्रदर्शनाद्वारे पुस्तकांच्या विश्वाची ओळख करून दिली जाते. आंतरराष्ट्रीय कॅफे व पुस्तकांच्या मदतीने जगभर साक्षरतेचा प्रसार करणे व त्यायोगे लोकांच्यात जिज्ञासा, आशा व आकांक्षा जागृत करणे, हा उद्देश डोळ्यांसमोर ठेवून लोगोस होप जगभर प्रवास करत असते. त्यातला वेगळेपणा लक्षात आल्यावर मी मुद्दाम तिथे जायचे ठरवले."

लोगोस होपवरील पुस्तक प्रदर्शन व तिथले आंतरराष्ट्रीय कॅफे ह्या मागची संकल्पना अतिशय नवीन आहे. तिथे आपण अनेक भाषांमधील आणि अनेक विषयांवरील पुस्तके बघू शकतो. तिथल्या कॅफेटेरियामध्ये बसून कॉफी व मफिनचा आस्वाद घेत देशोदेशीच्या स्वयंसेवकांशी संवाद साधू शकतो व निरनिराळ्या देशांतील कार्यक्रमही बघू शकतो.

ह्या अनोख्या कॅफेटेरियाच्या एका भिंतीवर जगाचा मोठा नकाशा काढलेला असून त्याच्या शेजारी जगभरातील पाककलेच्या पुस्तकांचे एक छोटेसे प्रदर्शन भरवले आहे. बोट जेव्हा वेगवेगळ्या देशांतील बंदराला लागते, तेव्हा ह्या कॅफेटेरियामध्ये त्या त्या देशातील स्वयंपाकाची प्रात्यक्षिके किंवा त्या विषयावरील लेक्चर्स आयोजित केली जातात. मी गेले होते त्या दिवशी मला दुबईमधील एका कंपनीने भरवलेले खजुराचे प्रदर्शन व त्याविषयीची माहिती बघायला मिळाली. दोन दिवसांत झालेल्या विक्रीच्या दसपट रक्कम व किती तरी खजुराची पाकिटे संस्थेला देणगी म्हणून देण्यात येणार होती. त्यानंतर एक दिवस 'हेल्दी फूड' ह्या विषयावरील व्याख्यान होते व ते ऐकायला

दुबईमधील केटरींगचा कोर्स करणारी मुले येणार होती. एक दिवस अरेबिक पदार्थांचे प्रात्यक्षिक होते; तर एक दिवस लोकनृत्याचा कार्यक्रम होता. महत्त्वाची गोष्ट म्हणजे हे सर्वजण संस्थेसाठी विनाशुल्क काम करतात, पण प्रेक्षकांना तिकिट काढून यावे लागते. अशा प्रकारचे काही ना काही कार्यक्रम तिथे रोज चालू असतात.

कॅफेटेरियामध्ये अरेबिक, स्पॅनिश, जॅपनीज ह्या भाषेत छापलेली मेन्यू कार्डस उपलब्ध आहेत; पण इंग्रजीमधला मेन्यू मात्र भिंतीवर लिहिलेला आहे. ह्या ठिकाणी सर्वच पदार्थांच्या किमती खूप जास्त आहेत, पण शेवटी ते पैसे समाजकार्यासाठी वापरले जाणार आहेत, ही गोष्ट लक्षात घ्यायला पाहिजे. मला तिथे अनेक स्वयंसेवकांशी गप्पा मारता आल्या व बोटीवर ते करत असलेल्या कामाविषयीची माहिती मिळाली..

यीओन ही कोरियन मुलगी आपले शिक्षण पूर्ण केल्यावर लागोस होपवर सहा महिने काम करण्यासाठी आली होती. ती इतर पाच स्वयंसेवकांच्या मदतीने आंतरराष्ट्रीय कॅफेचा सर्व कारभार बघते. त्यात कॉफी व सँडविचेस तयार करणे, फळांचे रस, केक्स व कुकीज हे पदार्थ सर्व्ह करणे, पैशाचा हिशेब ठेवणे, खाण्याच्या पदार्थांचा व इतर वस्तूंचा स्टॉक ठेवणे, अशा गोष्टी कराव्या लागतात. यीओन आपल्या कामाविषयी अगदी समाधानी आहे. वेगवेगळे देश बघायला मिळाल्याने व तिथल्या लोकांत मिसळून मिळणाऱ्या अनुभवांमुळे खूप खूश आहे.

पाकशास्त्रातले शिक्षण घेऊन आलेली मरिंका एका श्रीमंत जर्मन कुटुंबातली

इयोन आणि मरिंकासोबत

मुलगी. ती आईवडिलांचा विरोध पत्करून बोटीवर आली होती. ती बोटीवरील बेकरी चालवते. वेगवेगळ्या प्रकारचे ब्रेड व केक्स बनवण्यात तिचा हातखंडा आहे. तिने फळे वापरून बनवलेले मफिन्स सर्वांना फार आवडतात. तिने सांगितले, ''अनेक देशांना भेटी देऊन, तिथल्या लोकांच्यात मिसळून, मी अनुभवसंपन्न झाले आहे. विविध विषयांवरच्या पुस्तकांबद्दल इतर स्वयंसेवकांकडून ऐकणे व स्वत: वाचन करणे, ह्यामुळे इथे मिळालेल्या ज्ञानाची शिदोरी मला आयुष्यभर पुरणार आहे. मला खात्री आहे, की मी घरी गेल्यावर व माझ्या कामाविषयी ऐकल्यावर माझ्या घरच्या लोकांना माझा नक्कीच अभिमान वाटेल.''

दुबईमधील पंधरा दिवसांच्या मुक्कामात कॅफेटेरियामध्ये काम करण्यासाठी तेथील चार अरेबिक मुले आली होती, त्यांनाही भेटता आले. आपले पाककलेतील कसब वापरून समाजकार्य करावे, असा हेतू ठेऊन ते सर्वजण बोटीवर आले होते व कॅफेटेरियामध्ये बिर्याणी, फलाफल, अरेबिक ब्रेड, कबाब, असे वेगवेगळे पदार्थ बनवत होते.

असे हे तरंगते पुस्तक प्रदर्शन बघितले व आगळ्यावेगळ्या कॉफी शॉपमधल्या फलाफल आणि मफिनचा आस्वाद घेतला. कॉफी घेता घेता स्वयंसेवकांची व संस्थेच्या कामाविषयी सगळी माहिती ऐकली आणि सगळ्याचेच खूप खूप कौतुक वाटले. एका वेगळ्याच समाधानाने मी लागोस होपवरून बाहेर पडले.

□

ऑलिव्हचा देश

ग्रीक आयलंड्स व तेथील समुद्रप्रवास हा एक वेगळाच अनुभव होता. अथेन्सला काही दिवस मुक्काम झाल्यानंतर आजूबाजूला जी असंख्य लहान लहान बेटे आहेत, त्यापैकी काही बेटांवर जाऊन आले. ग्रीक खाद्यपदार्थांचे परदेशी लोकांना नेहमीच आकर्षण वाटत आले आहे. असे ऐकले होते, की तिथे जाणारे सर्वजण त्या पदार्थांचा मनापासून आस्वाद तर घेतातच; पण मायदेशी परतताना बरोबर ग्रीक स्वयंपाकाची पुस्तके घेऊन जातात. ग्रीक आयलंड्सवर आणि अथेन्समध्ये एक एक अफलातून चवीचे पदार्थ खाल्ले आणि वरील विधान मला शब्दशः पटले.

ग्रीस व ऑलिव्ह यांचे नाते हजारो वर्षे जुने आहे. त्यांनी ऑलिव्हज व ऑलिव्हचे तेल जगभरात लोकप्रिय केले आहे. हे फळ खारवायचे, खाण्यायोग्य करण्याचे व त्यातले औषधी गुणधर्म ओळखण्याचे श्रेय ग्रीसला दिले पाहिजे. ऑलिव्हजप्रमाणेच ह्या देशातील लोकांना वांगीही खूप आवडतात. तिथे वांग्याचे पाच-सहा प्रकार तरी सहज बघायला मिळतात. त्यांच्या प्रत्येक जेवणात वांग्याचा व ऑलिव्हज घातलेला एक तरी पदार्थ असतोच.

ग्रीक लोकांनी टर्की, इटली व मेडिटेरेनियन देशांतील खाद्यसंस्कृतीमधील उत्तमोत्तम अशा गोष्टी उचलल्या आहेत. चव, स्वाद आणि पदार्थाची मांडणी ह्याबाबतीत तर ग्रीक पदार्थ अग्रेसर आहेत. निरनिराळ्या प्रकारची सूप्स, पौष्टिक स्ट्यूज, सॅलड्स, ग्रील्ड मीट वा मासे, साईड डिश, दही व नंतर गोड पदार्थ असा सगळा ग्रीक जेवणाचा थाट असतो. निरनिराळ्या प्रकारचे रंगीबेरंगी आणि उत्कृष्ट स्वादाचे घटक वापरून केलेले हे जेवण सर्व पोषणमूल्यांनी परिपूर्ण असते. पदार्थांना जी अगदी वेगळी चव मिळते, ती तिथे पिकणाऱ्या ताज्या ऑलिव्हज व ऑलिव्ह ऑइलमुळे. असे म्हटले जाते, की पारंपरिक ग्रीक जेवणात जमिनीवर पिकणाऱ्या घटकांचा आणि समुद्रातील घटकांचा महत्त्वपूर्ण वाटा असतो.

ग्रीसमध्ये ऑलिव्हची शेती हा मुख्य व्यवसाय आहे. रंग, स्वाद, चव आणि निरनिराळ्या प्रकारांमुळे ग्रीक ऑलिव्हज विशेष प्रसिद्ध आहेत. तिथे ऑलिव्हच्या सर्वांत जास्त जाती असून 'कलामाता' जातीचे ऑलिव्हज उत्तम समजले जातात. काही जातींचे ऑलिव्हज फक्त तेल काढण्यासाठी, तर काही फक्त खाण्यासाठी असतात. ह्या झाडापासून लोकांना अन्न, तेल, इंधन व औषधे अशा अनेक गोष्टी मिळत असल्याने त्यांच्या जीवनात ऑलिव्हजना अनन्यसाधारण महत्त्व प्राप्त झाले आहे.

ग्रीसमध्ये ऑलिव्हच्या खालोखाल गव्हाचे पीक घेतले जाते. वेगवेगळ्या प्रकारचे ब्रेड गव्हाच्या पिठापासूनच बनवले जातात. त्यातला पिटा ब्रेड हा सर्वांत लोकप्रिय असून तो ग्रील केलेले मीट व भाज्यांचा रोल करण्यासाठी वापरतात. वेगवेगळ्या प्रकारचे पाईज ही ग्रीसची खाासियत समजली जाते. ते बनवताना गव्हाच्या पिठाच्या दोन ते तीन पातळ पोळ्यांचे एकावर एक थर लावून त्याचा क्रस्ट बनवतात. साधारणपणे ६ ते ८ इंच गोल क्रस्टवर गोड सारण किंवा भाज्या, खिमा, चिकन असे पसरून त्यावर पोळीच्या पातळ पट्ट्या कापून लावतात व भट्टीमध्ये भाजतात. खिम्यावर वांगी व टॉमॅटोच्या चकत्या लावलेला पाय, तसेच पालक व फेटा चीज पाय हे प्रकार मला खूप आवडले.

ग्रीक जेवणात चीज, लोणी, दही असे दुग्धजन्य पदार्थ भरपूर असतात. शेळीच्या दुधापासून तयार केलेले फेटा चीज ग्रीसचे राष्ट्रीय चीज आहे. ते जवळजवळ सर्व पदार्थांत वापरले जाते. विशेषतः ग्रीक सॅलडमध्ये. फेटा चीजचे चौकोन, लालचुटुक टोमॅटोच्या फोडी, काकडीच्या फोडी व त्यात ऑलिव्ह ऑइल, मीठ व लिंबू मिसळलेले हे ग्रीक सॅलड सर्वांचेच अतिशय आवडते सॅलड आहे. बारीक चिरलेली काकडी, मीठ आणि लसूण घातलेले दही स्थानिक भागात खूपच लोकप्रिय आहे. ते ब्रेडबरोबर

अथेन्समधल्या एका रेस्टॉरंटमध्ये जेवायला गेलो असताना तिथल्या कागदी टेबलमॅटवर एक मजेशीर माहिती वाचायला मिळाली. त्यात त्यांनी असे म्हटले होते, की 'हल्ली सगळ्या हॉटेलमधले शेफ जी पांढऱ्या रंगाची टोपी घालतात, त्या टोपीचा उगम ग्रीसमधला मानला जातो. पूर्वी ग्रीक मॉन्स्ट्रीमध्ये निरनिराळ्या प्रकारची कामे चालू असत. त्यातले जेवण बनवणारे लोक अशा पांढऱ्या टोप्या घालायचे. ते इतरांपेक्षा वेगळे काम करतात, हे दाखवण्याचा त्यामागचा हेतू असायचा.'

ऑलिव्हज्चे दुकान

अथवा ग्रील केलेल्या मीटबरोबर खाल्ले जाते. उन्हाळ्यात बारीक चिरलेली पुदिन्याची पाने व मीठ घातलेले ताक प्यायले जाते.

रोजच्या जेवणात बीफ, चिकन व मासे असतात. मासे मुबलक मिळत असल्याने ते असंख्य प्रकारांनी बनवले जातात. त्यात ग्रील केलेला भला मोठा आख्खा मासा असतो. मसाले भरलेले लहान लहान मासे असतात. फिश केक्स असतात, तर कधी फेटा चीज घातलेले फिश बॉल्स असतात. समुद्रकाठी बसून कोळशावर भाजलेले मासे खाणे ग्रीक लोकांना मनापासून आवडते. त्यात स्वत: पकडलेले मासे असतील, तर काही विचारायलाच नको. काही खास प्रसंगी किंवा सणासुदीला मात्र मटण बनवले जाते. सुट्टीच्या दिवशी वाईनबरोबर मसाले लावून भाजलेला आख्खा मटण लेग खाल्ला म्हणजे त्यांची सुट्टी सार्थकी लागते.

ग्रीसला गेल्यावर सौलाकी म्हणजेच ग्रीक कबाब व त्याबरोबर फेटा चीजचे सॅलड खायलाच पाहिजे. ग्रील केलेले किंवा ग्रेव्हीमधले भरलेले टॉमॅटो व भरलेल्या भोपळी मिरच्या, हा खास ग्रीक पदार्थ आहे. अशा टोमॅटो व मिरचीमध्ये भात, खिमा, चीज वा प्रॉन्स भरलेले असतात. त्याबरोबर तळलेले फेटा चीज व मॅश्ड पोटॅटो असतो. द्राक्षाच्या पानांत भात व खिमा घालून त्याच्या पुड्या करतात. ह्या उकडलेल्या पुड्या म्हणजेच डोल्माडोज. हा पदार्थ बहुतेक सगळ्याच मेडिटेरेनियन देशांत बनवला जातो. ग्रीसमध्ये त्यामानाने भात कमी खाल्ला जातो. बहुतेक वेळा तो रंगीत भाज्या घातलेला पुलाव करून किंवा बेक्ड डिशमध्ये घालून खातात.

वांगी म्हणजे ग्रीसमधली अगदी आवडती भाजी. भाजलेले, तळलेले, ग्रील केलेले, परतलेले अशा कोणत्याही स्वरूपातल्या वांग्याचा एक तरी पदार्थ त्यांच्या जेवणात

मुसाका

असतोच. सूप सॅलड्स वा साईड डिशमध्ये लिमा बीन्स, छोले, मसूर ह्यासारखी कडधान्ये वापरली जातात. ग्रीक स्वयंपाकात ऑरेगानो, बेसीलची पाने, पुदिना, लसूण ही हर्ब्ज वापरतात. मसाले वापरायचे प्रमाण कमी व पदार्थाची नैसर्गिक चव टिकवण्याकडे कल असतो.

कॉफी हाऊस, रेस्टॉरंट्स किंवा टॅवर्नमध्ये जेवायला जाणे, हा ग्रीक संस्कृतीतला एक अविभाज्य घटक आहे. टॅवर्न म्हणजे घरगुती पद्धतीचे पारंपरिक ग्रीक पदार्थ मिळण्याचे ठिकाण. तिथे स्थानिक व पर्यटक ह्या दोघांच्या खिशाला परवडतील, असे दर असतात. जागोजागी दिसणाऱ्या अशा खाण्याच्या जागा माणसांनी फुलून गेलेल्या असतात. ग्रीक लोकांची आवडती कॉफी म्हणजे फ्रापे. स्ट्रॉंग इंस्टंट कॉफी, थोडे पाणी आणि साखर एका शेकरमध्ये घालून फेस येईपर्यंत हलवतात. हा फेस उंच ग्लासात घालून त्यावर बर्फ घालून दूध-पाण्याचे गार मिश्रण ओततात. रस्त्याच्या बाजूला असलेल्या कॅफेमध्ये बसून फ्रापेचा आस्वाद घेणे, हा ग्रीक लोकांचा उन्हाळ्यातला आवडता टाइमपास आहे.

टॅवर्नमध्ये बसून समोर दिसणाऱ्या ॲक्रोपोलिसचे रूप न्याहाळत मुसाका, सौलाकी, डोल्माडाज, मीटबॉल्स असे एकाहून एक चविष्ट ग्रीक पदार्थ, उत्कृष्ट स्वादाच्या वाईन्स व त्याबरोबर ग्रील केलेले फेटा चीज म्हणजे आमच्यासारख्या खवैय्यांना पर्वणीच होती. त्यामुळेच अप्रतिम निसर्गसौंदर्याने नटलेल्या ग्रीक आयलंड्सवरील ग्रीक डेलिकसीजचा आस्वाद घेण्याचा आनंद काय असतो, ते शब्दांत व्यक्त करणे फार अवघड आहे.

☐

डॅनिश पेस्ट्री आणि ओपन सँडविच

“ बाल्टिक समुद्रावरील एका क्रूझवर गेलो असताना निसर्गाचे अप्रतिम रूप तर बघता आलेच; पण इतरही अनेक गोष्टी अनुभवायला आणि शिकायला मिळाल्या. अकरा दिवसांच्या त्या क्रूझवर निरनिराळ्या प्रकारचे इतके कार्यक्रम आयोजित केलेले असायचे, की कुठे जावे, हा प्रश्न पडायचा. असेच एक दिवस तिथल्या 'डॅनिश अँड स्मोरब्रोड ' ह्या कार्यक्रमाला जायचे ठरवले. आपल्याला फारशा परिचित नसलेल्या डॅनिश खाद्यसस्कृतीची माहिती व काही खास डॅनिश पदार्थांचे प्रात्यक्षिक, असा तो दोन तासांचा कार्यक्रम होता. ”

एका मोठ्या हॉलमध्ये आम्ही साठ-सत्तर प्रेक्षक जमलो होतो. समोरच्या टेबलावर हॉटप्लेट आणि अनेक लहान-मोठे वाडगे मांडून ठेवले होते. संगीत सुरू झाले आणि त्या तालावर हातातील डाव आणि चमचे वाजवत डॅनिश कपडे घातलेल्या दोन मुली आल्या. त्यांच्या मागोमाग बोटीचे मुख्य शेफ व त्यांचा सहकारी आला. प्रेक्षकांत देशविदेशचे लोक असल्याने शेफनी आमचे अनेक भाषांमध्ये स्वागत केले. त्यात 'नमस्ते'सुद्धा होते. टेबलवर गरमागरम कॉफी आली व शेफनी आम्हाला डॅनिश खाद्यसंस्कृतीची ओळख करून द्यायला सुरुवात केली.

निसर्गाचा वरदहस्त लाभलेल्या डेन्मार्कची खाद्यसंस्कृती ही कित्येक शतके जुनी आहे. त्या वेळी ती बहुतांशी कुटुंबाच्या शेतावर लावलेल्या पिकांवर अवलंबून असे. शेतात बटाटे, मटार, राय, बार्ली अशी पिके घेतली जात व त्यांपासून निरनिराळे पदार्थ बनवले जात. शेतावर पाळलेल्या शेळ्या व गायींमुळे दुग्धजन्य पदार्थांचा स्वयंपाकात बराच वापर असे. थंडीच्या मोसमात खाण्यासाठी खारवलेले पोर्क व मासे, ब्रेडसाठी राय, बियरसाठी बार्ली, सूपसाठी वाळवलेले मटार असे पदार्थ साठवून ठेवले जात. हळूहळू इतर प्रकारच्या भाज्या, बेरीज व गोठवलेले मीट मिळू लागले तशा लोकांच्या खाण्यापिण्याच्या सवयीही बदलत गेल्या. असे असले तरीही डॅनिश खाद्यसंस्कृतीत

रायच्या ब्रेडचे आणि बटाट्यांचे स्थान मात्र तसेच राहिले.

डॅनिश पदार्थ हे इतर युरोपियन देशांतील पदार्थांशी मिळते जुळते आहेत, पण तरीही त्यांचे काही पदार्थ मात्र अगदी खास असेच आहेत. त्यावर त्यांच्या पुरातन खाद्यसंस्कृतीचा ठसा उमटलेला दिसून येतो. डॅनिश पेस्ट्री आणि स्मोरब्रोड म्हणजे ओपन सँडविच ही डेन्मार्कची खासियत आहे. किंचित आंबूस चवीचा व मातकट रंगाचा राय ब्रेड हा तर डॅनिश लोकांचा अगदी आवडता आणि रोज खाण्याचा ब्रेड.

मैदा, दूध, अंडे व यीस्ट हे पदार्थ एका मोठ्या वाडग्यात घालून ते मळता मळता शेफ म्हणाले, ''आता मी तुम्हाला जी डॅनिश पेस्ट्री करून दाखवणार आहे, त्याच्या-मागे एक मजेशीर गोष्ट आहे. असे म्हटले जाते, की १८५०च्या सुमारास डेन्मार्कमधील बेकरीत काम करणाऱ्या लोकांनी संप केला. त्यामुळे इतर देशातील बेकर्सना डेनमार्कमध्ये कामास बोलावण्यास आले. त्यातल्या ऑस्ट्रियन बेकर्सना पदर सुटणारी व हलकी पेस्ट्री बनवण्याची कला अवगत होती. डॅनिश लोकांनी ती शिकून घेतली व आपल्याकडील उत्तम प्रतीचे लोणी व पीठ वापरून ती पूर्णत्वास नेली. निरनिराळे प्रयोग करून त्यात सुधारणा करून उत्तम पेस्ट्री बनवण्यात प्रावीण्य मिळवले. एकदा ते जमल्यावर त्यात किती प्रकारची सारणे घालायची व त्याला किती आकार द्यायचे, ह्याला काही अंतच नव्हता. हीच ती जगप्रसिद्ध डॅनिश पेस्ट्री.''

एव्हाना डॅनिश पेस्ट्रीचे पीठ मळून झाले होते. ते लाटण्यासाठी प्रेक्षकांतील दोघीजणी गेल्या. पिठाचा गोळा लाटून झाल्यावर त्याला लोणी लावून त्याची घडी घातली गेली. ती घडी लाटून त्यावर परत लोणी लावून त्याची घडी घातली गेली. असा प्रकार अनेकदा केला गेला. त्यामुळे पेस्ट्री भाजल्यावर तिला पदर सुटून ती खुसखुशीत होते. अशा रीतीने तयार केलेल्या पिठाला बघता बघता शेफच्या कसबी हातातून पंख्यासारखे, पीळ दिलेले, वेणीच्या आकाराचे, गोल, चौकोनी असे विविध आकार मिळाले. मग त्यात चॉकलेट, फळांचा जॅम, कस्टर्ड, व ताजी फळे भरून ते सिलीकॉन ट्रेमध्ये घालून भट्टीत भाजण्यासाठी ठेवले गेले.

त्यानंतरचा पदार्थ होता स्मोरब्रोड म्हणजे ओपन सँडविच; पण स्मोरब्रोडचा शब्दश: अर्थ बघितला, तर लोणी लावलेला ब्रेड असा होतो. ह्यात रायच्या ब्रेड स्लाईसला एका बाजूला वेगवेगळ्या प्रकारची स्प्रेड्स लावून त्यावर कोल्डकटस, चीज, सॅलड,

भाज्या असे पदार्थ ठेवलेले असतात. हा पदार्थ चवीप्रमाणेच दिसायलाही अतिशय छान असतो. डॅनिश खाद्यसंस्कृतीत पदार्थांच्या चवीच्या जोडीने सजावटीलादेखील तेवढेच महत्त्व दिले जाते. त्यानुसार वेगवेगळे पदार्थ वापरून ब्रेडचा स्लाईस कलात्मक रीतीने सजवला-नटवला जातो. ह्याला मुख्य चव मिळते ती रायच्या ब्रेडची व त्यावर लावलेल्या स्प्रेडची.

ह्या पदार्थाचा उगम कसा झाला, ह्याबद्दल शेफ म्हणाले, की "पूर्वी शेतकरी कामाला जाताना आपल्याबरोबर रायचा ब्रेड आणि त्यावर लावण्यासाठी एखादे स्प्रेड घेऊन जात असत. कधी कधी त्यांच्या डब्यात रात्रीच्या जेवणातले उरलेले सॅलड, मासे, बटाटे असे पदार्थ असत. एकदा सगळे जण एकत्र जेवायला बसले असताना एका शेतकऱ्याने गप्पा-गोष्टी करत आपल्या डब्यातले रात्रीच्या जेवणातले पदार्थ रायच्या ब्रेडवर नीट मांडून ठेवले. त्या उरलेल्या पदार्थांनी नटवलेला ब्रेडचा स्लाईस खूपच छान दिसू लागला. असा छान दिसणारा पदार्थ खाण्यासही चविष्ट लागत होता. ते बघून इतरांनीही त्याचे अनुकरण केले. त्यातूनच ओपन सँडविचच्या कल्पनेने मूळ धरले व आज ती डॅनिश स्पेशॅलिटी झाली." ही माहिती सांगता सांगता शेफ व त्यांचा सहकारी ओपन सँडविच बनवत होते. बशीत मांडून ठेवलेली ती सँडविच दिसायला इतकी अप्रतिम होती, की नुसते बघूनच तोंडाला पाणी सुटले.

त्या कार्यक्रमात क्रॅबचा एक पदार्थ करण्यासाठी शेफने मला बोलावले. मी अगदी उत्साहात पुढे गेले व सर्वांना माझी ओळख करून दिली. क्रॅबमीट, लोणी, मीठ, मिरपूड, बारीक चिरलेली पार्सली, लसूण, ओरेगानो, थाईम व कपभर क्रीम असे टेबलवर ठेवलेले सर्व साहित्य मला दाखवले. शेजारीच एका सर्व्हिंग डिशमध्ये क्रॅबचे शेल स्वच्छ करून ठेवले होते. उकडलेल्या बटाट्याच्या दोन-तीन चकत्या केल्या होत्या. शेफने मला सर्वप्रथम लोण्यात लसूण व क्रॅबमीट परतायला सांगितले. मग त्याच्यात मिरपूड व हर्बज घालून त्यावर झाकण घालून शिजू दिले. मीट शिजल्यावर त्यात पार्सली व मीठ घालून सर्व एकत्र केले. शेवटी त्यावर क्रीम घालायला सांगितले, पण क्रीम घातल्यावर ते फाटणार तर नाही ना, अशी शंका मी बोलून दाखवली. त्यावर शेफने हसत हसत सांगितले, की तू न घाबरता ते सगळे क्रीम क्रॅबमीटवर ओत. ते अजिबात फाटणार नाही आणि त्यांने सांगितल्याप्रमाणे क्रीम तर फाटले नाहीच, पण त्या पदार्थाला अंगाबरोबर रस तयार झाला. तयार क्रॅबमीट मी शेलमध्ये घातले व बाजूने बटाट्याच्या चकत्या लावून त्यावर पार्सली घालून त्याला सजवून टाकले. पदार्थ तयार झाल्यावर प्रेक्षकांना त्याची चव बघण्यासाठी बोलावण्यात आले.

शेफने सांगीतले, की "डॅनिश जेवणात पदार्थाला दुधाने किंवा क्रिमने ओलसरपणा आणतात. त्या वेळी दाखवलेल्या सगळ्या पदार्थांत दूध, लोणी, क्रीम, दही, चीज हे

वापरले होते. रोस्ट मीटबरोबरच्या ग्रेव्हीचा बेस दुधाचा होता. त्यानंतर जे मटारचे सूप शिकवले, त्यातले मटार दुधात शिजवले होते. सॅलडमध्ये सावर क्रीम म्हणजे दही घातले होते; तर ओपन सँडविचमध्ये लोणी व चीज वापरले होते. डॅनिश स्वयंपाकात दुग्धजन्य पदार्थ भरपूर प्रमाणात वापरतात, हे ऐकले होते, ते त्या दिवशी प्रत्यक्षच बघितले.

परत एकदा कॉफी आली, पण आता त्याबरोबर आमच्यासमोर तयार केलेली गरमागरम डॅनिश पेस्ट्री आणि ओपन सँडविच होते. शेफ हातात माईक घेऊन, माहिती सांगत, टेबलांच्या मधून फिरत होते. डेन्मार्कमध्ये असंख्य कॅफेज आणि बेकरीज आहेत. सकाळी पायी फेरफटका मारला, की ताज्या ब्रेडचा आणि कॉफीचा वास दरवळलेला असतो. तिथे निरनिराळ्या आकारांचे आणि प्रकारांचे ब्रेड व अर्थातच डॅनिश पेस्ट्री तयार होत असते. हॉट डॉग हादेखील डॅनिश लोकांचा अतिशय आवडता पदार्थ आहे. हॉटडॉग मिळणारी छोटी छोटी दुकाने सर्वत्र दिसतात. तिथे नेहमीचा हॉट डॉग तर मिळतोच, पण सॉसेजेस व त्याबरोबर लोण्यात परतलेले बटाटे, चीजच्या स्लाईसमध्ये गुंडाळलेले सॉसेजेस आणि फ्रेंच फ्राईज, असे वेगवेगळे प्रकार मिळतात. कॉंबिनेशन कोणतेही असले, तरी त्याबरोबर मस्टर्ड वा टोमॅटोचा सॉस असतोच, ही माहिती त्या वेळी मिळाली.

लोकांच्या काही शंकांचे निरसन केल्यानंतर शेफ पुढे म्हणाले, ''डॅनिश लोक संध्याकाळी सहाच्या सुमारास रात्रीचे जेवण घेतात. त्या वेळी सूप, रोस्ट केलेले पोर्क आणि बटाटे, असा मुख्य पदार्थ आणि सॅलड असते. रोस्ट मीटबरोबर एक प्रकारची ग्रेव्ही असते व त्याला ते ब्राऊन सॉस म्हणतात. भाज्यांच्या अथवा मीटच्या स्टॉकला दूध व मैदा लावून त्याचा घट्टसर सॉस बनवला जातो. त्यांच्या जेवणात भात मात्र क्वचित असतो. कधी केलाच, तर तोसुद्धा लोणी व चीज घालून दुधात शिजवलेला असतो.''

आमच्या टेबलवर आल्यावर शेफने मला सांगितले, की ''नॉर्डीक देशात बरीच भारतीय व बांगलादेशीय रेस्टॉरंट्स आहेत व तिथे मिळणाऱ्या मटका बिर्याणीचे डॅनिश लोकांना फार अप्रूप असते.'' हे सगळे ऐकण्यात आणि डॅनिश पदार्थांचे प्रात्यक्षिक बघण्यात दोन तास कसे गेले, ते कळलेच नाही. सर्वांसमोर जाऊन क्रॅबची डिश बनवण्याची संधी मिळाली, ह्या आनंदातच मी केबिनकडे निघाले.

□

मशरूम्स, बेरीज आणि मटार

"बाल्टिक समुद्रकाठी असलेली फिनलंडची राजधानी हेलसिंकी येथे आमच्या बोटीचा दोन दिवस मुक्काम होता. आमची फिनलंडची ही दुसरी सफर असली, तरी तिथली व्हाईट नाईट्स, लाँग डेज, मिडनाईट सन अशी निसर्गाची रूपे परत एकदा अनुभवायची होती. ह्या देशातल्या निसर्गाबरोबरच बेरी फार्म्स, रेनडियर फार्सस, सॉना, फिनिश कॉफी व अस्सल फिनिश खाद्यपदार्थांचा आम्ही मनापासून आस्वाद घेतल्यामुळे फिनलंडच्या सफरी कायम लक्षात राहिल्या.

पाईन व मेपलची जंगले आणि त्यात लपलेली लाखो तळी असलेल्या ह्या देशात वर्षातले आठ-नऊ महिने बर्फाने आच्छादलेली धरती आणि उरलेले दिवस जवळ जवळ वीस-बावीस तास सूर्यप्रकाश असतो. त्यामुळे धरतीवरची बर्फाची शाल दूर व्हायला लागली, की लोकांच्या जगण्यात एक प्रकारचे चैतन्य येते. लोक सूर्यप्रकाश अनुभवण्यासाठी घराबाहेर पडतात. निसर्गाचा वरदहस्त लाभलेल्या ह्या देशात प्रत्येक दिवशी निसर्गाचे एक आगळे वेगळे रूप आपल्या स्वागताला हजर असते. निसर्गात रंगछटांची उधळण असते."

फिनलंडची खाद्यसंस्कृती ही पूर्णपणे तिथल्या निसर्गाशी निगडित आहे. ह्या देशातली मुख्य पिके म्हणजे राय, बार्ली, ओट्स, गहू आणि बटाटा, बीटरूट व सलगम ह्यासारखी कंद. पारंपरिक स्वयंपाकात सलगम खूप वापरत, पण सध्या त्याची जागा बटाट्याने घेतली आहे. जेव्हा बर्फ पडत असतो, तेव्हा ताज्या भाज्या व फळे मिळतच नाहीत. त्या वेळी गोठवलेल्या भाज्या, खारवलेले व सुकवलेले मीट व कंदमुळे ह्यांवर पूर्णपणे अवलंबून राहावे लागते. त्या दिवसांत रेनडियरचे मांस व बर्फाखालच्या पाण्यातले मासे हेच काय ते ताजे पदार्थ.

फिनलंड बेरीजसाठी प्रसिद्ध आहे. तिथे जवळपास चाळीस प्रकारच्या बेरीज मिळतात, पण त्यातल्या १५/२० खाण्यायोग्य असतात. प्रदूषणमुक्त हवामान, कसदार जमीन, भरपूर पाणी व आल्हाददायक उन्हाळा ह्यामुळे तिथल्या बेरीजना एक प्रकारची वेगळीच

चव मिळते. लिंगनबेरी, क्लाऊडबेरी, रासबेरी, क्रॅनबेरी व स्ट्रॉबेरी ह्या काही खास फिनिश बेरीज. क्लाऊडबेरी म्हणजे पिवळट सोनेरी रंगाची बोटाच्या पेराएवढी बेरी. ती दिसायला अतिशय मोहक व नाजूक तर चवीला अप्रतिम अशी असते. उन्हाळ्याच्या दिवसांत कित्येक टन क्लाऊडबेरीज फिनलंडहून बाहेरच्या देशांत पाठवल्या जातात. बहुतेक सर्व प्रकारच्या बेरीजचा वापर जॅम, जेली, सरबते व स्क्वॉश करण्यासाठी होतोच; पण ताज्या बेरीज मुसली, दही, कॉर्नफ्लेक्स, आइस्क्रीम्स ह्याच्यात घालून व अनेक बेकरी प्रॉडक्टमध्ये वापरतात. रोस्ट केलेल्या मीटबरोबरदेखील लिंगनबेरी वा क्रॅनबेरीचा वेगळ्याच चवीचा सॉस दिला जातो. आपल्याला मीटबरोबर एखाद्या फळाचा गोडसर चवीचा सॉस कसा लागेल असे वाटते, पण हे कॉँबिनेशन फारच छान लागते. उन्हाळ्यात मुबलक प्रमाणात मिळणाऱ्या बेरीज थंडीच्या दिवसांत वापरण्यासाठी फ्रीझ करून ठेवल्या जातात.

बऱ्याच प्रकारच्या बेरीज खाल्ल्यावर माझ्या असे लक्षात आले, की त्या खूप रसाळ व गोड असल्या तरी त्यांच्यात आंबटपणा अजिबातच नव्हता, फिनलंडमध्ये 'पोलका' नावाची स्ट्रॉबेरीची एक नवीन जात विकसित करण्यात आली आहे. त्या जातीच्या स्ट्रॉबेरीज चांगल्या मोठ्या आकाराच्या व लालचुटुक असून त्यावरील पांढऱ्या रंगाचे ठिपके अगदी ठसठशीतपणे दिसतात. मनात आले, की ठिपक्यांचे प्रिंट असलेल्या कापडाला 'पोलका डॉट्स' हे नाव फिनलंडमधील पोलका स्ट्रॉबेरीच्या रंगरूपावरून तर मिळाले नसेल ना ?

आपल्याला द्राक्षाची वा इतर काही फळांपासून बनवलेली वाईन माहीत आहे, पण बेरी वाईन्स ही फिनलंडची खासियत. बेरीजपासून तेथे लिक्युअर्सही बनवतात. मिडनाईट सनमुळे बेरीजना मिळालेली अप्रतिम चव त्या वाईनमध्येदेखील उतरलेली असते. फिनिश बियर तर जगप्रसिद्धच आहे. त्याच्या उत्कृष्ट चवीचे श्रेय तिथे पिकणारी उत्तम चवीची बार्ली, ताजे पाणी व बियर गाळण्याची पारंपरिक फिनिश पद्धत ह्याला जाते. दर वर्षी १३ ऑक्टोबरला फिनलंडमध्ये 'बियर डे' साजरा करतात. इतक्या थंडीत हे लोक थंडगार बियर कशी पितात, हे जरा आश्चर्यच आहे.

मासेमारी व रेनडियर फार्मिंग हा फिनलंडमधला एक प्रमुख उद्योगधंदा आहे. रेनडियरचे मीट मऊ व लुसलुशीत असून त्यात स्निग्धांश फारच कमी असतात. त्याची चव जरा वेगळी, पण छान असते. हेलसिंकी जवळच्या एका रेनडियर फार्मवर गेलो असताना फिनिश पद्धतीच्या जेवणाची चव घेता आली. भाज्यांचे सूप, ग्रील केलेले रेनडियर मीट, सॉसेजेस आणि कोबीचा स्ट्यू आणि रायचा ब्रेड, असा मेन्यू होता. पाईनच्या जंगलात तळ्याकाठी बसून कोळशाच्या ग्रीलवरचे हे गरमागरम पदार्थ खायला फारच मजा आली.

सुट्टीच्या दिवशी फिनिश लोक जंगलात भटकतात; तेथे ससे, बदके, ग्राउस पक्षी ह्यांची शिकार करतात. तळ्याकाठी बसून मासे पकडतात व नंतर बियरसोबत मिळालेली शिकार भाजून त्याचा आस्वाद घेतात. ह्या दिवसांत शक्यतो ताजे ताजे पदार्थ खाण्याकडे त्यांचा कल असतो. ठिकठिकाणचे भाजी बाजार नवीन बटाटे, बीटरूट, झुकीनी, कोबी, भोपळी मिरच्या, टोमॅटो मटार अशा रंगीबेरंगी भाज्यांनी भरलेले असतात. आपल्याकडे जशा दाणे फुटाण्याच्या गाड्या असतात, तसे फिनलंडमध्ये जागोजागी मशरूम्स, मटार व बेरीजचे स्टॉल्स असतात. हिरव्यागार मटाराच्या शेंगा चांगल्या वीतभर लांबीच्या असतात. त्यातले दाणेही टपोरे आणि गोड असतात. त्या कच्च्या किंवा मीठ मिरपूड घालून सालासकट उकडून खातात. अनेक प्रकारच्या बेरीज व मशरूम्स कागदाच्या पुड्यातून विकले जातात.

पिवळट रंगाचे फुलासारखे दिसणारे मशरूम्स जरा वेगळ्या चवीचे असतात व फिनिश स्वयंपाकात ते भरपूर वापरले जातात. पदार्थात मीठ, मिरपूड, जायफळ व दालचिनी एवढेच मसाले घातले जातात. त्यामानाने डील हे जरा उग्र व गोडसर वासाचे हर्ब मात्र मुबलकपणे वापरले जाते. ते विशेष करून मॅरिनेशन्स, स्टॉक व सॅलडमध्ये घातले जाते. भाज्यांचा किंवा मीटचा स्ट्यू व कॅसरोल हा फिन्सचा अगदी आवडता पदार्थ. स्ट्यू हा पदार्थ मंद आचेवर भाज्यांच्या वा मीटच्या स्टॉकमध्ये शिजवतात. काही वेळा स्ट्यू शिजताना त्यात बियरदेखील घालतात. तेथील सूप करण्याची पद्धत मला जरा वेगळी वाटली. ताज्या भाज्या बारीक चिरून त्या दुधात शिजवतात. नंतर

त्यात लोणी, मीठ, एखादे हर्ब व जायफळ घालून सर्व्ह करतात.

फिनलंडमध्ये मटारचे सूप फारच लोकप्रिय आहे. मटार, कांदा व भरपूर आले मीट स्टॉकमध्ये शिजवतात व नंतर ते वाटून, गाळून त्यावर ताजे क्रीम घालून पितात. ह्या सूपला अतिशय छान रंग आणि स्वाद असतो. दर गुरुवारी सर्वत्र असे मटाराचे सूप मिळते. ह्या सूपचे आणि गुरुवारचे काय नाते आहे, ते मात्र मला कळले नाही. मोठा बोल भरून सूप, एखादा मीटचा पदार्थ व त्याबरोबर ब्रेड आणि सॅलड एवढेच जेवण असते. बोलभर सूप व त्याबरोबरच्या ब्रेडनेच खरे तर पोट भरते. इथला भात पिवळट रंगाच्या हातसडीसारख्या तांदळाचा केलेला असतो व तो बऱ्यापैकी चिकट असतो. चिकट भात आणि त्याबरोबर मीटबॉल्स व सॉसेजेस, असे पदार्थ फिन्स अगदी आवडीने खातात.

उत्साह, धांदल, गडबड व खाण्याचे आणि भाज्या फळे व इतर वस्तूंचे असंख्य स्टॉल्स असलेला हेलसिंकीचा मार्केटस्वेअर मला अतिशय आवडला. ह्या चौकाला भेट दिली, की फिनलंडच्या खाद्यसंस्कृतीची छान ओळख होते. समुद्रकाठी असलेले हे स्टॉल्स म्हणजे खास फिनिश पदार्थ चाखून बघण्याची जागा. तिथे बसून ताजे ताजे मासे व रेनडियर मीटचे वेगवेगळे पदार्थ खाण्याची मजा काही औरच असते. तेथील मासेबाजारात आम्ही एक मजेशीर प्रकार बघितला. लोक ताजे मासे विकत घेऊन शेजारीच असलेल्या स्टॉल्सवर देऊन ते तळून, भाजून त्यावर हवा तो सॉस टाकून घेत होते व तयार पदार्थ पॅक करून घरी नेत होते. स्टॉलवर सॅलड, लोण्यात परतलेल्या भाज्या, भात वगैरे पदार्थ तयारच होते. बाजारात जायचे, ताजे मासे विकत घ्यायचे आणि ते शिजवून तयार पदार्थ घरी घेऊन जायचा. किती छान पद्धत आहे ही. सकाळच्या वेळी मार्केट स्क्वेअरमधल्या कॅफेमध्ये जाऊन बसले, की हे सगळे प्रकार बघायला मिळतात. मीट किंवा मासे भरून भाजलेले पफ ही स्थानिक डेलिकसी. समुद्रावरचा गार वारा, हवेतला गारवा आणि मंद सूर्यप्रकाश अशा वातावरणात गरमागरम पदार्थ खायला फारच मजा येते.

रायचा ब्रेड इथे विशेष आवडतो. तो जरा आंबूस चवीचा व कडक असतो व तो 'फिनक्रिस्प' म्हणून ओळखला जातो. पूर्वी लोक रायचे पीठ आंबवून त्यापासून मध्ये भोक असलेले गोलाकार ब्रेड बनवत असत व ते थंडीच्या दिवसांत खाण्यासाठी एखाद्या सळीत ओवून टांगून ठेवत असत. हल्ली सगळीकडे फूलग्रेन ब्रेड बनवायचे फॅड निघाले आहे, पण फिनलंडमध्ये पूर्वापार असे ब्रेड बनवले जातात. बार्ली व ओट्सचाही ब्रेडमध्ये वापर केला जातो. हेलसिंकीच्या मॅक्डॉनल्ड्समध्येसुद्धा रायचा ब्रेड वापरतात. त्याचे नाव मॅकराय असे आहे.

फिनिश लोकांच्या जेवणात दूध, क्रीम व चीज खूप वापरले जाते. फिनिश लोक

विली म्हणजे दही खूप आवडीने खातात. विली घट्ट, क्रिमी व मधुर असून ते कधी नुसते, तर कधी ताज्या फळांबरोबर खाल्ले जाते. फिनलंडमधल्या गायींचे दूध हे जगातील सर्वोत्तम दूध असते, ह्यावर फिन्सचा ठाम विश्वास असतो. चीज, लोणी, दही वगैरे दुग्धजन्य पदार्थ बनवण्याचा व्यवसाय इथे मोठ्या प्रमाणावर चालतो.

हेलसिंकीमध्ये बरीच भारतीय रेस्टॉरंट्स आहेत, असे ऐकून होतो. असेच एके दिवशी पायी फिरत असताना 'गांधी' नावाचे रेस्टॉरंट दिसले. बाहेरच्या पाटीवर गांधी शब्दाचे स्पेलिंग इतके चुकीचे केले होते, की त्यातून भलताच अर्थ निघत होता. ते जर भारतीय माणसाचे असेल, तर त्याला तसे सांगावे ह्या हेतूने चौकशी केली; पण ते रेस्टॉरंट एका बांगलादेशी माणसाने काही दिवसांपूर्वीच सुरू केले आहे, असे कळले.

तर असा हा फिनलंड देश व तेथील आगळे वेगळे पण अगदी खास चवीचे पदार्थ. जरी सपक असले, तरी अतिशय पौष्टिक व नैसर्गिक चवीचे आणि काहीजणांना खूप आवडतील असे.

□

आर्क्टिक आईस रेस्टॉरंट

"काही वर्षांपूर्वी आम्ही क्रूझवरून आर्क्टिक सर्कल ओलांडून पुढे नॉर्वेच्या अगदी उत्तरेकडील गावापर्यंत जाऊन आलो. बोटीवर विविध स्कँडिनेव्हियन पदार्थांची नुसती रेलचेल असायची. जेवणात माशांचे असंख्य प्रकार असायचे. त्यातला मुख्य पदार्थ म्हणजे बटाटा. तो ग्रील्ड मीटबरोबर, स्ट्यूमध्ये, सॅलडमध्ये, कधी तळून, कधी भाजून, तर कधी उकडून असा प्रत्येक पदार्थात असायचाच. मॅश्ड पोटॅटो तर बहुतेक सगळ्याच पदार्थांबरोबर सर्व्ह केला जातो.

स्कँडिनेव्हियन पदार्थ डोळ्यांना आनंद देणारे असतात. उन्हाळ्याच्या दिवसांत तर त्यांचे जेवणाचे टेबल रंगीबेरंगी पदार्थांनी सजलेले असते. उत्तम प्रतीचे टेबल लिनन, उत्तम क्रोकरी व कटलरी हा त्यांच्या जेवणातला महत्त्वाचा भाग आहे. टेबलवर अनेक प्रकारचे ब्रेड ठेवलेले असतात. मोठा बोलभरून गरमागरम सूपने जेवणाची सुरुवात होते. त्यानंतर मेन कोर्स व शेवटी डेझर्ट. टेबलवरचा मुख्य पदार्थ म्हणजे रोस्ट मीट किंवा कोणत्याही मीटचा कॅसरोल. त्याबरोबर चिकट भात, उकडलेल्या भाज्या व सॅलड असतेच. मीठ मीरपूड घातलेल्या व्हिनिगरमध्ये मुरवलेले बीटरूटचे व काकडीचे तुकडे टेबलवर असतात. त्याला ना तिखटपणा, ना लोणच्यासारखा खार; पण म्हणतात मात्र पिकल.

ताज्या बेरीज भरलेल्या पॅनकेक्स व त्यावर भरपूर क्रीम बेरीजचे सुफले, बेरी केक्स वुईथ बेरी सॉस अशी एकाहून एक अप्रतिम चवीची डेझर्ट्स मात्र बोटीवर असायची; पण आता वेध लागले होते, ते आईस रेस्स्टॉरंटमध्ये जायचे आणि तिथले आइस्क्रीम्स खायचे."

आर्क्टिक सर्कलजवळच्या ट्रॉम्सो बंदरावर बोट लागली. तिथे काय काय बघायचे त्याची यादी व नकाशा घेऊन बोटीवरील आम्ही दहा-बारा जण बाहेर पडलो. म्युझियम, बाजार, स्मारके, शिल्पे हे सर्व बघून शेवटी आर्क्टिक आईस रेस्टॉरंटला

भेट, असा कार्यक्रम होता. आईस रेस्टॉरंट हा काय प्रकार आहे, ह्याबद्दल आम्हाला फारच उत्सुकता होती. बाहेर कडाक्याची थंडी व बोचरे वारे आणि त्यातून जायचे होते, ते उणे पाच सेल्सियस तापमान असलेल्या त्या रेस्टॉरंटमध्ये. म्हणजे आगीतून उठून फुफाट्यात जायचे, अशी माझी स्थिती झाली होती; पण तिथे गेले आणि कधीही न मिळणारा असा मस्त अनुभव मिळाला.

पृथ्वीच्या अर्धगोलाच्या आकाराच्या त्या रेस्टॉरंटच्या बाहेर मोठा व्हरांडा होता व त्याच्या भिंतींवर आईस रेस्टॉरंटमधले फोटो व त्याबद्दलची माहिती लावली होती. आतले तापमान ५ सेंटीग्रेड इतके राखलेले असल्याने आत जाताना प्रत्येकाला हातात मोजे व पायात न घसरणारे बूट घालून जावे लागत होते. जरूर पडल्यास जाड कोट व टोप्याही मिळत होत्या. सगळा जामानिमा करून आत गेलो आणि एखाद्या जादुई नगरीत प्रवेश केल्यासारखे वाटले. टेबले, सर्व्हीस काऊंटर, त्यामागचे शेल्फ इतकेच काय तर ग्लास आणि बोलही बर्फापासून बनवले होते. बसायला लाकडी ओंडके व त्यावर रेनडियरचे कातडे घातले होते. एका भिंतीवर सागर सफरीवर निघालेल्या तांड्याचे अप्रतिम असे बर्फाचे शिल्प होते, तर इतर ठिकाणी पोलार बेअर, रेनडियर अशा प्राण्यांची बर्फापासून बनवलेली लहान लहान शिल्पे होती. निळ्या रंगाची मंद प्रकाश योजना आणि मंद संगीत ह्यामुळे मस्त वातावरणनिर्मिती झाली होती. ह्या ठिकाणी मिळणारे सगळे पदार्थ व पेये केशरी, लाल, गुलाबी, फिका निळा अशा रंगाची होती.

पांढऱ्या शुभ्र बर्फाच्या पार्श्वभूमीवर ते सगळे रंगीबेरंगी पदार्थ अगदी उठून दिसत होते. विविध प्रकारची कॉकटेल्स, मॉकटेल्स, आइस्क्रीम्स व संडेज, हे इथे मिळणारे पदार्थ. आर्क्टिक प्रदेशात अनेक प्रकारच्या बेरीज मिळतात. बोटाच्या पेराएवढ्या आकाराच्या सोनेरी रंगाच्या 'क्लाऊड बेरीज' तर फक्त तिथेच पिकतात. त्या सगळ्या बेरीज वापरून केलेले पदार्थ म्हणजे इथली खासियत. ते पदार्थ इतरत्र कुठेही मिळणार नाहीत, असे म्हणतात.

फिकट निळ्या रंगाची छटा असलेल्या आइस्क्रीमचा स्लाईस, त्यावर काट्यांनी ओढलेल्या लाटांसारख्या रेषा व त्यावर खोचलेली सोनेरी रंगाची क्लाऊड बेरी म्हणजे मध्यरात्री समुद्रावर उगवलेला सूर्यच जणू. अर्थातच ह्या संडेचे नाव 'मिडनाईट सन' असेच होते. इतर पदार्थांची नावेसुद्धा व्हाईट नाईट, नॉर्दर्न लाईट, आर्क्टिक ब्रीझ अशी समर्पक होती. ह्या प्रदेशातील निसर्गात वेगवेगळ्या वेळी आकाशाचा रंग जसा असतो तशा रंगाची मॉकटेल्स इथे बनवली जातात. बर्फाच्या रेस्टॉरंटमधील असे खास पदार्थ चाखून बघत आणि त्या दुनियेचा अनुभव घेत चाळीस मिनिटे कधी संपली पत्ताच लागला नाही.

हो! ४० मिनिटे. कारण त्यापेक्षा जास्त वेळ आत राहू नये, असा तिथला नियम होता. आर्क्टिक देशातली अशी रेस्टॉरंट्स म्हणजे पर्यटकांचे खास आकर्षण आहे. नैसर्गिक बर्फ खूप ठिसूळ असल्याने अशा बांधकामासाठी वा शिल्पे बनवण्यासाठी स्नो पाईप्स वापरून समुद्राच्या पाण्यापासून बर्फ बनवला जातो. आज जगातील अनेक देशांत अगदी दुबईसारख्या वाळवंटातदेखील असे आईस बार व रेस्टॉरंट्स बनवली आहेत. त्यामुळे त्याचा अनुभव घेण्यासाठी आता आर्क्टिक प्रदेशात जायची जरूर नाही.

□

स्ट्रॉबेरीज, मलबेरीज आणि ब्लूबेरीज

बेरीज म्हटले, की आपल्या डोळ्यांसमोर येतात छोटी छोटी रंगीत फळे. किरमिजी, जांभळा, माणकासारखा लाल, केशरी, पिवळा, गर्द निळा आणि काळा अशा नैसर्गिक रंगाच्या अगणित छटा असलेल्या बेरीज आकर्षक तर दिसतातच; पण त्या रसाळ, आंबट-गोड आणि अतिशय चविष्ट अशा असतात. चवीप्रमाणेच त्यांच्यात अनेक औषधी गुणधर्मही आहेत. हिरव्यागार झुडुपांवर आणि वेलींवर लगडलेल्या ह्या असंख्य प्रकारच्या बेरीज म्हणजे आपल्याला निसर्गाकडून मिळालेली एक देणगीच आहे. जगभरात आज शेकडो प्रकारच्या बेरीज अस्तित्वात आहेत. त्यापैकी काही रानटी, तर बऱ्याच खाण्यायोग्य अशा आहेत. त्या ज्या प्रदेशात पिकतात, त्याप्रमाणे त्यांना नावे मिळाली आहेत.

हिमालयात मिळणाऱ्या 'गुजी' बेरीजना हिमालयन बेरीज म्हणतात, पण चीनमध्ये त्याच वूल्फबेरीज म्हणून ओळखल्या जातात. ह्या बेरीजमध्ये लोह, तांबे, फॉस्फरस, झिंक, कॅल्शियम अशी २१ प्रकारची खनिजे व अनेक व्हिटॅमिन्स असतात. हे औषधी गुणधर्म ओळखून गेली दोन हजार वर्षे चिनी लोक त्या खात आहेत. वूल्फबेरीज खाल्याने दीर्घायुष्य मिळते, असा चीनमध्ये एक समज आहे. खरे खोटे माहीत नाही, पण असे म्हणतात, की सोळाव्या शतकात जन्म झालेला एक चिनी माणूस म्हणे नियमितपणे ह्या बेरीज खात असल्याने २५२ वर्षे जगला.

न्यूझीलंडमध्ये ब्लूबेरीज खूप लोकप्रिय आहेत. काळपट निळ्या रंगाच्या ब्लूबेरीजचे घोस फारच सुंदर दिसतात. त्यांची चव आणि स्वाद तर अप्रतिम असतोच; पण त्या पौष्टिक आणि अत्यंत गुणकारी अशा आहेत. तिथले शास्त्रज्ञ म्हणतात, की दृष्टी सुधारण्यासाठी व मेंदूची कार्यक्षमता वाढवण्यासाठी रोज थोड्या ब्लूबेरीज खाव्यात. त्यामुळे न्यूझीलंडमध्ये ब्लूबेरीजना 'ब्रेनबेरीज' असेही म्हणतात.

आर्क्टिक सर्कलच्या आसपासच्या प्रदेशातील हवामान बेरीजसाठी अगदी योग्य असेच आहे. ह्या प्रदेशात ढोबळपणे वर्षातले सहा महिने दिवस व सहा महिने रात्र असते. काही दिवस चोवीस तास लख्ख सूर्यप्रकाश असतो. उन्हाळ्याच्या दिवसांत

म्हणजे मे, जून, जुलै ह्या महिन्यांत तिथे अगणित प्रकारच्या बेरीज मिळतात. त्या वेळी आपल्या कुटुंबाबरोबर बेरी फार्म्सवर जाणे, हा इथल्या लोकांचा अगदी आवडता छंद आहे. सहा महिने फक्त पांढराशुभ्र बर्फ, त्यामुळे निसर्गातले वेगवेगळे रंग बघायला हे लोक आसुसलेले असतात.

नॉर्डिक देशात मिळणाऱ्या बेरीजपैकी आर्क्टिक बेरी, लिंगन बेरी, बिलबेरी, बकथॉन बेरी, काऊ बेरी, गोल्डन बेरी आणि क्रीम बेरी ही नावे नेहमीपेक्षा वेगळी वाटली. इथल्या ब्लॅकबेरीज खूपशा करवंदासारख्या दिसतात. त्या आकाराने मोठ्या आणि रसाळ असतात व त्यात चीक अजिबात नसतो. लाल चुटुक रंगाच्या रासबेरीची झुडपे मात्र ह्या भागात कुठेही म्हणजे जंगलात आणि अगदी रस्त्याच्या कडेलासुद्धा उगवलेली आढळतात. इथे बघितलेल्या वेगळ्या बेरीज म्हणजे लालसर पिवळ्या व गडद केशरी रंगाच्या रासबेरीज. उन्हाळ्याच्या दिवसांत जागोजागी रंगीबेरंगी बेरीजनी भरलेले स्टॉल्स लावलेले असतात. आसपासच्या परिसरात बेरीजचा दरवळ सुटलेला असतो. तो अरोमा अनुभवत लोक बेरीजचा मनसोक्त आस्वाद घेताना दिसतात. तिथल्या सगळ्याच बेरीजची चव आपल्याला आवडेल असे नाही. वेगवेगळे प्रकार खाऊन बघितले, तरी आपल्याला शेवटी स्ट्रॉबेरी, रासबेरी किंवा तुतीच आवडतात.

नॉर्वेची खरी स्ट्रॉबेरी ही आकाराने अगदी बोटाच्या पेराएवढी लहान पण लालबुंद आणि अप्रतिम चवीची. त्याचा स्वादही काही वेगळाच होता. स्ट्रॉबेरीजची झुडपे बुटकी आणि वेलासारखी जमिनीवर पसरणारी असतात. हिरव्यागार पानांच्यामधून डोकावणारे लालचुटुक स्ट्रॉबेरीजचे घड जमिनीला टेकून खराब होऊ नयेत, म्हणून वेलाच्या मुळालगत गवताच्या काड्या पसरलेल्या असतात. अशा गवताच्या

ब्लूबेरीजची झुडपे

काड्यांवर पहुडलेल्या बेरीज म्हणून त्या 'स्ट्रॉ-बेरीज' हे मात्र नव्यानेच कळले.

फिनलंडमध्ये 'पोलका' नावाच्या भल्यामोठ्या स्ट्रॉबेरीज खाल्या. सफरचंदाएवढी एकेक स्ट्रॉबेरी बघायलाच इतकी छान वाटते, मग तिच्या चवीविषयी बोलायलाच नको. मोठ्या आकाराच्या हायब्रीड फळाला चव नसेल, अशी माझी समजूत होती; पण पोलका स्ट्रॉबेरीज त्याला अपवाद ठरल्या. पेरूवाला जशा पेरूच्या चार फाका करून देतो तसे इथे ह्या रसाळ आणि गोड स्ट्रॉबेरीच्या फोडी करून देतात.

ह्या सगळ्याच देशांत उन्हाळ्यातील मोठ्या दिवसामुळे सतत सूर्यप्रकाश असतो त्यामुळे इथल्या बेरीजना एक प्रकारचा वेगळाच स्वाद आणि मधुर चव प्राप्त होते. ह्या देशात बेरी वाईन बनवण्याचा उद्योग मोठ्या प्रमाणावर चालतो. अनेक रंगांच्या व स्वादांच्या नॉर्डिक बेरी वाईन्स जगभर लोकप्रिय आहेत. सुगीच्या दिवसांत काढलेल्या बेरीज बर्फात गोठवून ठेवतात व वर्षभरात केव्हाही त्याची वाईन बनवता येते. ह्या वाईन्स द्राक्षाच्या वाईनपेक्षा लवकर मॅच्युअर होतात. बेरी वाईन्स आंतरराष्ट्रीय बाजारात फारशा मिळत नसल्याने त्याचे फारच अप्रूप असते. इथल्या स्वच्छ, सुंदर, प्रदूषणमुक्त वातावरणात बेरीजच्या वेलांवर कीड पडण्याचे प्रमाण खूपच कमी आहे. ओघानेच त्यावर फारशी औषधेही मारायला लागत नाहीत. ह्यामुळे इथल्या सर्वच फळांचा नैसर्गिक स्वाद तसाच्या तसा टिकून रहातो.

बेरी फार्म्स म्हणजे ह्या देशात जाणाऱ्या पर्यटकांचे आवडते ठिकाण झाले आहे. तीन ते चार तासांच्या ह्या सहलींमध्ये बेरीजच्या शेतात जाऊन तिथल्या बेरीज खुडता येतात. त्यानंतर लिक्युअर्स किंवा वाईन्स कशा बनवतात ते बघता येते. क्वचित कधी तरी त्यावरची एखादी फिल्मही दाखवली जाते. वाईन टेस्टींग हा त्यानंतरचा सर्वांत आवडता भाग. काही ठिकाणी त्याचबरोबर जेवणाची सोयदेखील केलेली असते; पण जेवणापेक्षा तिथे मिळणारी बेरीजपासून बनवलेली एकदम वेगळ्या चवीची डेझर्ट्स घ्यावीत. ताज्या बेरीज वापरून केलेले केक्स, वाफल्स, बेरी पाय, बेरी पुडिंग्ज असे एकाहून एक सरस चवीचे बेरीजचे पदार्थ खाणे, म्हणजे पर्वणीच असते. ह्या फार्मवरील दुकानात बेरीजपासून बनवलेले अनेक टिकाऊ प्रकार म्हणजे जॅम्स, ज्यूसेस, जेलीज वगैरे पदार्थ विकायला असतात. मला फार्मवर एक मजेशीर गोष्ट बघायला मिळाली, ती म्हणजे तुम्ही फार्मवर हिंडताना कितीही बेरीज तोडून खाऊ शकता; पण बाहेर पडताना तुमच्याकडे जेवढ्या बेरीज असतील त्यांचे वजन करून त्याप्रमाणे पैसे घेतले जातात.

मला हे फार्म बघून पाचगणीच्या 'माला फार्मची' व तिथे मिळणाऱ्या स्ट्रॉबेरीज, गुजबेरीज, मलबेरीज व तुतीची आठवण झाली. बाजारातली दुकाने, तिथे मिळणारे जॅम्स व सरबते आणि पाठीवर कावड घेऊन येणारे स्ट्रॉबेरीवाले डोळ्यांसमोर आले.

भरपूर पाला व त्यावर थोड्या स्ट्रॉबेरीज ठेवलेल्या त्यांच्या टोपल्या आठवल्या. उन्हाळ्याच्या दिवसांत महाबळेश्वर पाचगणीला जाऊन स्ट्रॉबेरी आइस्क्रिम न खाणारा माणूस सापडणे कठीणच. भारतात सर्वात जास्त स्ट्रॉबेरीज महाबळेश्वर व त्याच्या आसपासच्या परिसरात लावल्या जातात, असे म्हणतात. गेली काही वर्षे तिथे स्ट्रॉबेरी उत्सव भरवला जातो. जास्तीत जास्त लोकांना बेरीजची माहिती व्हावी व ताज्या स्ट्रॉबेरीज खुडून त्यांचा आस्वाद घेता यावा, हा या उत्सवाचा हेतू असतो.

स्ट्रॉबेरीज वुईथ क्रीम आणि विंबल्डन टेनिस स्पर्धा ह्यांचे फार जवळचे नाते आहे. स्पर्धेच्या दिवसांत तिथे कित्येक टन स्ट्रॉबेरीज व कित्येक लिटर क्रीमचा फडशा पडतो. जून आणि जुलै महिन्यांत इंग्लंडमध्ये 'इंग्लीश स्ट्रॉबेरीज' म्हणजे अगदी कौतुकाचा आणि चर्चेचा विषय असतो. इंग्लीश स्ट्रॉबेरीजसारख्या स्ट्रॉबेरीज जगात कुठेही मिळत नाहीत, अशी इंग्लिश माणसाची समजूत असते. तिथे उन्हाळ्याच्या दिवसांत येणारा कोणताही सण वा उत्सव स्ट्रॉबेरीजशिवाय होऊच शकत नाही. हॉटेलमधल्या एका मासिकात उन्हाळ्याच्या दिवसांत इंग्लंडमध्ये बेरीजच्या 'थीम पार्टीज' होतात, असे वाचनात आले. त्यापैकी काही पार्टीजचे फोटो पण बघितले. बेरीजच्या प्रिंटचे कपडे आणि बेरीजचे घोस लावलेल्या हॅट्स घातलेली मंडळी त्या पार्टीमध्ये सहभागी झाली होती. टेबलक्लॉथ, नॅपकिन्स, क्रॉकरी सगळ्यांवर बेरीज. अशा बेरीमय वातावरणात खूपच मजा येत असणार.

बेरीजना 'सुपर फूड' म्हटले जाते, ते अगदी योग्य आहे. आपण मात्र स्ट्रॉबेरीज, तुती, करवंदे अशा अगदी हाताच्या बोटावर मोजता येणारे बेरीजचे प्रकार खातो. उन्हाळ्याच्या दिवसांत भरपूर बेरीज मिळतात. त्या खाल्ल्याने शरीराला थंडावा तर मिळतोच; पण त्याचे इतरही अनेक फायदे मिळतात. बहुतेक सर्व बेरीजमध्ये स्निग्धांश व कॅलरीज कमी आणि फायबर जास्त असतात. त्या खाल्ल्यावर पोट भरल्याचे समाधान मिळते व बराच वेळ दुसरे काही खाण्याची तल्लफ येत नाही. ह्याचा वजन घटवण्यासाठी चांगला उपयोग होतो. बेरीजमधून शरीराला लागणारी उर्जा मिळते त्यामुळे त्या खाल्यावर उत्साही वाटते. बेरीजमधल्या पेक्टीनचा कोलेस्टेरॉल कमी करण्यासाठी उपयोग होतो. नितळ व तुकतुकीत त्वचेसाठी अनेक सौंदर्य प्रसाधनांत बेरीजचा वापर केलेला असतो. ताज्या बेरीजचा फेसपॅक हा अत्यंत प्रभावशाली असतो. अशा ह्या बहुगुणी बेरीज म्हणजे उन्हाळ्यात होणाऱ्या सर्दी व तापावर एक गुणकारी असे औषध आहे.

रोज एक सफरचंद खाल्याने डॉक्टरकडे जावे लागत नाही, असे म्हणतात. एरवी हे ठीक आहे; पण उन्हाळ्यात मात्र ह्या वाक्यातल्या सफरचंदाची जागा मूठभर बेरीज घेतात, असे म्हटले तरी चालेल!

□

छोट्याशा बेटावरची मैत्रीण

"नुकत्याच झालेल्या प्रवासात त्रिनिदाद बेटावर एल्विना नावाची एक मैत्रीण मिळाली. प्रथम भेटीतच मला ती खूप आवडली. तिचे खळखळून हसणे आणि भरभरून बोलणे मनाला भावले. ह्या मैत्रिणीला तिच्या देशाविषयी माहिती विचारल्यावर तिनेच मला उलटा प्रश्न केला, की तुला त्रिनिदादबद्दल काय माहीत आहे? मला फक्त तिथले क्रिकेट आणि त्यांचा क्रिकेटपटू ब्रायन लारा एवढेच माहीत होते. लाराचे नाव ऐकल्यावर ती एकदम खूश झाली व त्यानंतर अव्याहत बोलत राहिली.

एल्विना लाराच्याच गावची म्हणजे पोर्ट ऑफ स्पेनची. लारा तिच्या मोठ्या भावाचा शाळेपासूनचा मित्र. त्यांच्या घरापासून सहा सात घरे पलीकडे राहणारा. लगेच तिने मला त्या सगळ्यांचा फोटो दाखवला व त्यातला लारा ओळखायला सांगितला. 'पोर्ट ऑफ स्पेनचा राजपुत्र' म्हणून ओळखल्या जाणाऱ्या लाराची आज जगातल्या उत्तम फलंदाजांमध्ये गणना होते. क्रिकेटप्रमाणेच त्रिनिदादमध्ये फूटबॉल, बास्केटबॉल व बेसबॉल हे खेळदेखील खूप लोकप्रिय आहेत."

हा देश म्हणजे त्रिनिदाद, टॉबॅगो व असंख्य लहान लहान बेटांचा समूह आहे आणि त्यापैकी सर्वांत मोठे आणि जास्त लोकवस्ती असलेले बेट म्हणजे त्रिनिदाद. १९६२ साली स्वतंत्र झालेल्या ह्या देशात भारतीयांचे वंशज सर्वात जास्त आहेत. त्या खालोखाल आफ्रिकन व उरलेले युरोपियन आहेत. युरोपियन लोकांच्यात स्पॅनिश वंशीय जास्त असल्यामुळे त्रिनिदादमधील संगीत, नृत्य, खाद्यसंस्कृती व भाषा ह्यावर बऱ्याच प्रमाणात स्पॅनिश प्रभाव आहे.

एल्विना भारतीय वंशाची, पण त्रिनिदाद हीच तिच्या तीन पिढ्यांची जन्मभूमी आहे. ती म्हटली, की "आजही खूप घरातून भारतीय पद्धतीचे जेवण बनवले जाते, पण मूळ पदार्थात आता बरेच बदल झाले आहेत. प्रत्येक घरात बारबेक्यू असतेच.

आम्ही मक्याचे व गव्हाचे पीठ एकत्र करून त्यात तेल व मीठ घालून ते मळतो आणि त्याच्या हातावर थापून केलेल्या रोट्या बारबेक्यूवर भाजतो. ह्याच पिठाची पातळ पोळी लाटून त्यात चिकन अथवा एखादी सुकी भाजी भरून त्याची चौकोनी घडी करतो व वरून लवंग अथवा टूथपिक लावून बंद करतो. हा पदार्थही बारबेक्यूवर भाजतात. बहुतेक वेळा जेवणात डाळ वा रस्सा भाजी असते. ती करायची पद्धत मात्र वेगळी. नारळ मुबलक प्रमाणात मिळत असल्याने त्याचा वापर भरपूर केला जातो. डाळीतसुद्धा नारळाचे दूध घालायची पद्धत आहे. रोजच्या जेवणातले दोन पदार्थ म्हणजे फुलोरी व छोका. फुलोरी म्हणजे वाटाण्याचे कबाब व नारळाची चटणी. तर छोका म्हणजे वांगे व टोमॅटो भाजून त्यात मिरची, मीठ, आले व लसूण हे घालून कालवलेला पदार्थ.'' त्रिनिदादमधला हा छोका आपल्या वांग्याच्या भरीतासारखा लागत असणार.

पोर्ट ऑफ स्पेनमध्ये घरगुती रेस्टॉरंट्स खूप आहेत. तिथे त्यांचे खास पदार्थ चाखायला मिळतात. तसेच त्रिनिदादचे आदरातिथ्यही अनुभवता येते. रस्त्यालगत खाण्याचे पदार्थ मिळणारी अनेक लहान लहान दुकाने असतात. तिथे कॉर्नसूप, कॉर्न कटलेट, घरगुती आइस्क्रीम्स, बारबेक्यू असे पदार्थ मिळतात. स्नो कोन म्हणजे बर्फाचा गोळा व त्यावर वेगवेगळ्या स्वादाचे कंडेन्स्ड मिल्क हा पदार्थ तर फारच लोकप्रिय आहे. इथे फळांच्या दुकानात ताज्या फळांबरोबरच थंडगार ज्यूसही मिळतो. मीठ व मसाले टाकलेल्या फळांच्या फोडी हा इथला खास पदार्थ.

त्रिनिदादच्या पंतप्रधान कमला प्रसाद ह्या भारतीय वंशाच्या असून त्या महिलांसाठी खूपच काम करत आहेत. मुलींनी जास्तीत जास्त शिकावे, ह्यासाठी त्या प्रयत्नशील आहेत. अठराव्या शतकात भारतीयांचे त्रिनिदादमध्ये आगमन झाले व त्याची आठवण म्हणून आज ३० मे हा दिवस तिथे 'इंडियन अरायव्हल डे' म्हणून साजरा केला जातो. त्रिनिदादमध्ये बरीच देवळे असून एका देवळात भारताबाहेरील सर्वात उंच अशी ८५ फुटी हनुमानाची मूर्ती आहे. स्पॅनिश वा इंग्लिशमध्ये डब केलेले हिंदी सिनेमे तिथले लोक खूप आवडीने बघतात. अमिताभ बच्चन, शाहरूख खान आणि ऐश्वर्या रॉय तर सर्वांनाच माहीत आहेत. ऐश्वर्याचा विषय निघाल्यावर एल्विना अगदी सरसावून बसली व म्हणाली की, त्रिनिदादच्या मुलींनी दोन वेळा मिस युनिव्हर्स व एकदा विश्वसुंदरीचा किताब मिळवला आहे. इथे पिढ्या न् पिढ्या अनेक वंशाचे लोक राहत असल्याने आमची नवीन पिढी वेगळेच सौंदर्य घेऊन आली आहे व त्याचा प्रत्यय ह्यावरून येतोच.

एल्विना अशी प्रत्येक गोष्ट अगदी रंगवून आणि उत्साहाने सांगत होती. आपल्या देशाबद्दल वाटणारा अभिमान तिच्या चेहऱ्यावर दिसून येत होता. भिन्न भिन्न संस्कृतींचा झालेला परिणाम, तिथल्या चाली-रीती आणि आजही तिथे असलेला भारतीय संस्कृतीचा पगडा, हे सगळे ऐकायला खूप मजा आली. त्रिनिदादसारख्या छोट्याशा बेटावर लारा आणि क्रिकेट सोडून आणखीही खूप काही आहे, हे नव्याने कळले.

□

हंगेरियन गुलांश आणि पाप्रिका

हंगेरीविषयी आपल्याला दुसरे महायुद्ध, हंगेरियन गुलांश आणि बुडापेस्ट अशा दोन-चार गोष्टीं पलीकडे फारशी माहिती नसते. २००४ साली ह्या देशाचा युरोपियन युनियनमध्ये समावेश केला गेला आणि तेव्हापासून तिथे पर्यटकांचा ओघ लागला. बुडापेस्ट हे राजधानीचे शहर जगातील काही सुंदर शहरांपैकी एक आहे. त्याला 'पर्ल ऑफ डॅन्यूब' किंवा 'लिटल पॅरिस' असे म्हटले जाते. डॅन्यूब नदीच्या एका बाजूला बुडा व एका बाजूला पेस्ट अशी दोन गावे होती. कालांतराने ह्या दोन्ही गावांचे मिळून बुडापेस्ट हे एक गाव झाले. हंगेरियन लोक त्याचा उच्चार बुडापेष्त असा करतात.

अशा ह्या सुंदर देशात गेलो असताना तिथली मैत्रीण ख्रिस्तीन हिच्या सांगण्यावरून आम्ही सगळे गाव तर हिंडून पालथे घातलेच; पण बुडापेस्टमधील खास हंगेरियन पदार्थ मिळणाऱ्या रेस्टॉरंटमध्ये, कॉफी हाऊसमध्ये, डॅन्यूब नदीतील क्रूझवर तसेच हंगेरियन गुलांश व लोकनृत्याच्या कार्यक्रमालासुद्धा जाऊन आलो. ख्रिस्तिनशी माझ्या खूप गप्पा होत असत. आम्हा दोघींनाही एकमेकींच्या देशांबद्दल कुतूहल असल्याने बोलताना आपल्या चाली-रीती, खाद्यसंस्कृती, बायकांचे उपक्रम व त्यांची जीवनशैली, असे विषय जास्त असत.

आपण जेव्हा हंगेरियन जेवणासंबधी विचार करतो, तेव्हा आपल्याला आठवते ते फक्त गुलांश आणि पाप्रिका. पण त्या पलीकडे जाऊन हंगेरियन खाद्यसंस्कृतीमध्ये बरेच काही विशेष आहेत. पोलिश, जर्मन आणि तुर्की लोकांचे पदार्थ तसेच पारंपरिक हंगेरियन पदार्थ ह्यातून आजची हंगेरियन खाद्यसंस्कृती बनली आहे. त्यात आहेत पौष्टिक सूप्स, तोंडाला पाणी सुटेल असे मसालेदार आणि झणझणीत पदार्थ, आरोग्यकारक स्ट्यू, असंख्य प्रकारचे सॉसेजेस, चीजचे वेगवेगळे पदार्थ आणि एकाहून एक चविष्ट असे गोड पदार्थ.

खिस्तिनने सांगितले की, ''हंगेरियन जेवणात प्रामुख्याने ताजे मीट, ऋतुमानानुसार मिळणाऱ्या भाज्या व फळे, कांदे, लसूण, सावर क्रीम, पाप्रिका, चीज, मसाले व मध हे पदार्थ वापरतात. आजही मंद आचेवर पदार्थ शिजवण्याच्या व मसाले करण्याच्या पारंपरिक पद्धती वापरल्या जातात. वेगवेगळ्या पदार्थांची कॉंबिनेशन्स करून पदार्थ बनवणे, ही हंगेरियन पाककलेतील खास गोष्ट आहे. पदार्थात मध व सुकवलेली फळे घालतात, त्यामुळे तयार पदार्थाला एक प्रकारची वेगळीच चव मिळते. भात भरलेल्या भोपळी मिरच्या, मसाले व चीज भरलेला कोबी, जर्दाळू किंवा प्लम अशी फळे घालून केलेले मीटचे स्ट्यू हे हंगेरियन लोकांचे अगदी आवडीचे पदार्थ आहेत. बहुतेक हंगेरियन घरात न्याहरी ही कॉफी, पेस्ट्री व टोस्ट अशी अगदी हलकी असते. दिवसातले मुख्य जेवण म्हणजे दुपारचे. ते साधारणपणे एक वाजता घेतले जाते. ह्या जेवणात खूप प्रकार असतात. सुरुवात सूप व त्याबरोबर गार्लीक ब्रेड अथवा तीळ लावलेल्या ब्रेडने होते. त्यानंतर भाज्या, सॉसेजेस वा मीटचा स्ट्यू, मसालेदार मीट डिश, एक दोन साईड डिश व भरपूर सॅलड्स असतात. भात त्यामानाने कमी खाल्ला जातो. प्रत्येक जेवणात वेगवेगळ्या पद्धतीने केलेले सॉसेजेस व मॅश्ड पोटॅटो पाहिजेतच. अशा ह्या जेवणाची सांगता अर्थातच गोड पदार्थाने होते. हे जेवण सर्व अन्नघटकांनी परिपूर्ण असले तरी त्यात लोणी, क्रीम व चीज भरपूर वापरले जात असल्याने ते खूप रिच असते. नाजूक प्रकृतीच्या माणसांना हंगेरियन जेवण पचायला थोडे जडच जाते. सगळ्या जेवणात किती कॅलरीज असतात, त्याचे मोजमाप न केलेलेच बरे. रात्रीचे जेवण ह्याच धर्तीवर पण त्यात प्रकार कमी असतात.''

हंगेरीमध्ये वाईन खूपच लोकप्रिय आहे. त्यामुळे घरी वाईन बनवण्याची पद्धत पूर्वापार चालू आहे. बऱ्याच रेस्टॉरंटमध्ये जेवणाच्या आधी छोट्याशा ग्लासमधून युनिकम हर्ब लिक्युअर सर्व्ह केली होती. चाळीस प्रकारची हर्बज व काही मसाले वापरून ही लिक्यूअर बनवलेली असते. विशेष म्हणजे ती घेतल्यावर तुम्ही कितीही खाल्ले प्यायले, तरी त्याचा अजिबात त्रास होत नाही. हे कळल्यावर हंगेरियन लोक इतके जड जेवण आणि इतक्या प्रमाणावर प्यायलेली वाईन कशी काय पचवू शकतात, त्याचे रहस्य उलगडले.

हंगेरीतून प्रवास करताना एक गोष्ट प्रकर्षाने जाणवते व ती म्हणजे जसे जसे निसर्गाचे चित्र बदलत जाते, त्याप्रमाणे त्या त्या भागातले पदार्थही बदलतात; पण त्यात मसाले मात्र भरपूर प्रमाणात वापरलेले असतात. बहुतांशी लोक मांसाहारी असल्याने जेवणातला मुख्य पदार्थ मीटचाच असतो. मीटमध्ये पोर्क, बीफ व चिकन असते. हंगेरियन लोकांना मासे खूप आवडतात, पण ते गोड्या पाण्यातले.

एकदा डॅन्यूब नदीतून फेरफटका मारायला गेलो असताना बोटीवरच्या जेवणात

गोड्या पाण्यातला तळलेला मासा, त्याबरोबर लसूण घालून परतलेली हिरवी पालेभाजी व मॅश्ड पोटॅटो असे होते. सगळीच डिश फार छान लागत होती; पण त्यातला पाला कसला आहे, ते मात्र कळले नाही. बोटीवरच्या माणसाने सांगितले, की आताच तुमच्यासाठी नदीतून हे मासे पकडले व लगेचच तळले. त्या ताज्या माशाबरोबरचा छान लागत असलेला पाला म्हणजे नवलकोलची कोवळी पाने होती. हंगेरीत नवलकोल खूप वापरतात. सॅलडमध्ये तो कच्चा, तर कधी नुसता परतलेला असतो; पण जास्त करून त्याचे सूप केले जाते. हे सूप म्हणे पूर्व युरोपमधल्या बोचऱ्या थंडीसाठी फार चांगले असते.

तुर्की लोकांचे हंगेरीत बराच काळ वास्तव्य होते. त्यात त्यांनी हंगेरियन्सना कॉफी संस्कृतीची ओळख करून दिली. कॉफीला तिथे प्रथम काळे सूप म्हटले जायचे, पण अल्पावधीतच ती लोकांच्या पसंतीस उतरल्याने हंगेरीतले कॉफी कल्चर चांगलेच बहरले. ह्याच तुर्कांनी सोळाव्या शतकात एक प्रकारच्या मिरच्यांचे झाड हंगेरीत आणले. प्रथम ते लालचुटुक फळे लगडलेले शोभेचे झाड म्हणूनच समजले गेले. शेतकरी व गुराख्यांनी त्याचे गुणधर्म ओळखून आपल्या स्वयंपाकाला चव आणि तिखटपणा आणण्यासाठी त्याची वाळवून पूड करून वापर केला. हीच ती पाप्रिका पावडर आज हंगेरियन खाद्यसंस्कृतीतला अविभाज्य घटक मानली जाते. सप्टेंबरच्या सुमारास तयार झालेल्या मिरच्या नैसर्गिक पद्धतीने, म्हणजे उन्हात किंवा मातीच्या भट्टीत वाळवल्या जातात व नंतर त्याची बारीक पूड केली जाते. कमी तिखट, मध्यम, तिखट, खूप तिखट अशी त्याची वर्गवारी केली जाते. पाप्रिकाचा रंग तपकिरीपासून फिका लाल, केशरी, गडद लाल असा असतो. जेवढा लाल रंग जास्त तेवढे जास्त तिखट असे नसते; पण केशरी रंगाची पाप्रिका मात्र डोळ्यात पाणी आणते. हंगेरीत येणाऱ्या पाहुण्यांसाठी पाप्रिका पावडर व पाप्रिका पेस्ट, गुलांशचा मसाला हे आकर्षक वेष्टनात विकायला ठेवलेले असतात.

गुलांश हा पदार्थ मूळचा पूर्व युरोपमधला. तिथले गुराखी आपल्या गुरांना रानात चरायला घेऊन गेल्यावर स्वतःला खाण्यासाठी तिथेच हा पदार्थ बनवत असत. तो शिजवायची त्यांची एक पद्धत होती. जमिनीत दोन जाडजूड काठ्या रोवून त्यावर एक आडवी काठी टाकलेली असे. त्या काठीला बादलीसारखी कडी असलेले भांडे टांगत. त्याखाली एकदा लाकडे पेटवून ठेवली की ताजी शिकार, भाज्या व मसाले घातलेला हा पदार्थ मंद आचेवर शिजत असे. विस्तवाची धग हळूहळू कमी झाली, तरी शिजलेला पदार्थ तसाच गरम रहात असे. ह्या प्रकारे पदार्थ शिजवताना तो सारखा ढवळत बसायला लागत नसे. तसेच तो पातळसर असल्याने खाली लागायचाही प्रश्न नसे. गुरांच्या मागे हिंडून परत आल्यावर गरमागरम जेवण तयार.

हंगेरीमध्ये गुराखी म्हणजे गुल्यास; म्हणून त्यांच्या ह्या पदार्थाला गुलांश हे नाव पडले. अस्सल हंगेरियन गुलांश हा बीफपासून बनवलेला असतो. त्यातले इतर घटक म्हणजे कांदे, टोमॅटो, भोपळी मिरची आणि पाप्रिका पावडर. त्यात काही वेळा बटाटे व नूडल्सपण असतात. गुलांश म्हणजे सूपही नसते आणि स्ट्यूही नसते, तर ते त्या दोन्हीच्या मधले असते. ते जर व्यवस्थित जमले, तर त्याला पातळशा सॉससारखी सांद्रता येते. हंगेरियन जेवणात हा मुख्य पदार्थ म्हणून खाल्ला जातो. त्यात जर नूडल्स घातल्या असल्या, तर त्याबरोबर दुसरे काही खात नाहीत; पण नूडल्स नसल्या तर क्वचित ब्रेड खाण्याची जरूर पडते.

१९व्या शतकात शहरातल्या लोकांनी व घरंदाज खानदानी लोकांनी गुलांशला आपल्या जेवणात स्थान दिले. हंगेरी स्वतंत्र झाल्यानंतर तर आपल्या देशाच्या खाद्यसंस्कृतीचा एक भाग म्हणून गुलांशकडे पाहिले गेले व देशात तो लोकप्रिय करण्यासाठी खूप प्रयत्न केले गेले. हा पदार्थ हंगेरीतील प्रत्येक घरातली गृहिणी व प्रत्येक रेस्टॉरंटमधला शेफ आपापल्या पद्धतीने बनवतात. मूळ कृती तीच असली, तरी त्यात काही घटक वापरले जातात; तर काही वगळले जातात. त्यामुळे त्या त्या ठिकाणच्या गुलांशला एक वैयक्तिक चव येते.

रेस्टॉरंटसमध्ये तर गुलांश हे नाव मेन्यूकार्डवर सर्वांत पहिले असते. पारंपरिक पद्धतीचा गुलांश बनवणारी खास रेस्टॉरंट्स बुडापेस्टमध्ये आहेत. अशाच एका रेस्टॉरंटमध्ये गेलो असताना तिथले वेटर्स दोन काठ्यांना टांगलेले गुलांशचे कडीवाले भांडे घेऊन आले. ते भांडे काढून टेबलवर ठेवले. हा हंगेरियन गुलांश खाल्यावर इतका आवडला, की ख्रिस्तिनकडून तो कसा बनवायचा, हे शिकून घेतले.

हंगेरियन पारंपरिक नृत्य, बुडापेस्टमधली थंड हवा आणि समोर असलेले गरमागरम गुलांश. पाप्रिकाचा भरपूर स्वाद व तिखटपणा उतरलेल्या त्या चविष्ट आणि झणझणीत गुलांशची चव आजही जिभेवर आहे.

□

ख्रिस्तिनची गुलांशची रेसिपी

साहित्य : १/२ किलो चिकन लहान तुकडे करून, २ कांदे, २ गाजरे, २ बटाटे, २ टर्निप, २ भोपळी मिरच्या एका आकाराचे तुकडे करून. ३/४ टोमॅटोची साल काढून त्याची पेस्ट. १ तमालपत्र, ४ पाकळ्या लसूण, १ मोठा चमचा पाप्रिका पावडर, १ चमचा शहाजिरे, चवीला मीठ मिरपूड, १ मोठा चमचा लोणी.

कृती : १ अंडे फेटून त्यात मावेल तेवढे पीठ व चवीला मीठ घालून भिजवायचे. त्या पिठाच्या अंगठ्याने दाबून चपट्या नुडल्स बनवायच्या.

लोण्यात मसाला व चिकन परतून त्यावर भाज्या व टॉमॅटोचा रस घालायचा. चवीला मीठ मीरपूड घालून सगळ्यावर चार बोटे येईल एवढे पाणी घालायचे. पाण्याला उकळी आली, की त्यात नूडल्स सोडायच्या. भांड्यावर झाकण ठेऊन मंद आचेवर गुलांश शिजू द्यायचे. भाज्यांबरोबर नूडल्स शिजतात व त्यानी गुलांशला घट्टपणा येण्यास मदत होते. तासाभराने आपल्याला हवी तशी सांद्रता मिळाली, की त्यात पाप्रिका पावडर घातली की झाला गुलांश तयार.

ताज्या भाज्या, ताज्या नूडल्स व मंद आचेवर शिजवणे, हीगुलांशचविष्टहोण्यामागची खुबी आहे, असे म्हटले जाते; पण गुलांशला खरी चव मिळते ती पाप्रिकामुळे. तो घालून पदार्थ शिजवला, तर त्याचा स्वाद व चव कमी होते; म्हणून सर्वांत शेवटी पाप्रिका पावडर घालून गुलांश उतरवायचा.

□

ग्लास अँड बोल पार्टी

बोलण्याच्या ओघात ख्रिस्तिनने सांगीतले, की तिच्या पिढीच्या हंगेरियन स्त्रियांमध्ये सध्या 'ग्लास आणि बोल पार्टी' हा प्रकार खूप लोकप्रिय झाला आहे. अशा पार्टीमध्ये आठ-दहा जणींचा ग्रुप ठरावीक दिवशी एकेकीच्या घरी जमतो. त्या वेळी गप्पा-टप्पा, हास्य-विनोद तर होतातच, पण त्या वेळी ग्लासमध्ये एखादे ड्रिंक व बोलमध्ये खाण्याचा एक पदार्थ एवढ्या दोनच गोष्टी केल्या जातात. ऐकल्यावर आपल्याकडच्या कॉफी क्लबसारखा पण तरीही काहीसा वेगळा प्रकार वाटला व उत्सुकतेने ख्रिस्तिनचे पुढचे बोलणे ऐकू लागले.

हंगेरियन स्त्रिया दिसायला अतिशय आखीव-रेखीव. त्यांचा सुडौल बांधा आणि नीटनेटका व सुंदर पोषाख ह्यामुळे ते सौंदर्य अधिकच खुलून दिसते. त्या आपल्या खाण्यापिण्याविषयी अतिशय जागरूक असतात. अशा पार्ट्या केल्या, की ओघानेच खाणेपिणे अगदी मोजूनमापून होते. कोणाचे डाएट मोडायला नको, की कोणाचे वजन वाढायला नको. मोजके दोनच पदार्थ करायचे असल्याने ते करायला वेळही कमी लागतो. त्यामुळे स्वयंपाकघरात पसारा नाही, की गडबड नाही. सर्वांत महत्त्वाचे म्हणजे पार्टी संपल्यावर भांडी धुवायचे काम अगदी कमी. माणशी एक ग्लास आणि एक बोल. सगळा प्रकार एकदम सुटसुटीत.

मुळातच कामसू आणि कष्टाळू असलेल्या हंगेरियन स्त्रियांना मैत्रिणींबरोबर गप्पा-गोष्टी करत वेळ घालवायला मनापासून आवडते. खरे तर आपल्या घरी बोलावलेल्या पाहुण्यांना भरपूर खाऊ-पिऊ घालायचे, हा हंगेरीयन आदरातिथ्याचा महत्त्वाचा भाग आहे. त्या पारंपरिक रीतीरिवाजातून जरा बाहेर पडून नवीन पिढीतील स्त्रियांनी असे ग्लास अँड बोल ग्रूप्स चालू केले व अल्पावधीतच ते तिथे अतिशय लोकप्रिय झाले. सर्वच हंगेरीयन लोक घरी केलेली वाईन अगदी आवडीने पितात. त्यामुळे बहुतेक वेळा ग्लासमध्ये वाईनच सर्व्ह केली जाते. तसेच बोलमध्ये त्यांचा राष्ट्रीय पदार्थ हंगेरीयन गुलांश असतो. ग्लास अँड बोल पार्टीतला व सगळ्याच पूर्व युरोपियन

देशांतला लोकप्रिय गुलांश हा पदार्थ 'वन डिश मील' असून अतिशय चविष्ट व पौष्टिक असतो. अर्थात, दर वेळी हेच दोन पदार्थ असतात असे नाही, तर प्रत्येक जण आपले पाककौशल्य पणास लावून ग्लास आणि बोलमधून सर्व्ह करता येणारे वेगवेगळे पदार्थ बनवते. ऋतू बदलतो तसे ग्लास व बोलमधले पदार्थही बदलायला लागतात. थंडीच्या दिवसांत बोलमध्ये गरम गरम सूप आणि ग्लासमध्ये ब्रेड स्टिक्स असतात, तर कधी सूप आणि सँडविच, असाही बेत असतो. तर कधी ग्लासमध्ये गरम कॉफी व बोलमध्ये मफीन असते.

उन्हाळ्याच्या दिवसांत आइस्क्रीम व जोडीला ताज्या फळांच्या फोडी. फ्रूट मिल्क शेक व सुका मेवा, कोल्ड कॉफी व वेफर बिस्किटे, थंडगार फळांच्या रसाबरोबर सॅलड अशी एक ना अनेक कॉंबिनेशन्स ग्लास व बोल मधून सर्व्ह केली जातात. वाईनबरोबर ऑलिव्ह ऑईलमध्ये परतलेले सॉसेजेस आणि बटाटे हादेखील तितकाच लोकप्रिय पदार्थ आहे.

भरपूर गप्पा, खळखळून हसणे व मोजकेच पण स्वादिष्ट, असे पदार्थ खाणे-पिणे, हा उद्देश अशा पार्ट्यांमुळे साध्य होतो. मुख्य म्हणजे यजमानीणबाई फक्त काम करत न बसता आलेल्या मैत्रिणींबरोबर गप्पा मारत बसू शकतात. मला तर अशा सुटसुटीत ग्लास अँड बोल पार्टीची कल्पना व त्यामागचा उद्देश खूपच आवडला. हे ऐकल्यावर असे जाणवले, की ज्यांनी कोणी हा प्रकार सुरू केला, तो नक्कीच विचारपूर्वक असा केलेला आहे. मनात आले, की आपल्याकडे का नाही अशी पार्टी होऊ शकत? आपलेसुद्धा असे ग्रुप्स असतात, पण तिथे पदार्थांची आणि कॅलरीजची नुसती रेलचेल असते. तिने चार पदार्थ केले म्हणून मी पाच करणार, असे चालू असते. दोन तिखट पदार्थ झाले तरी गोडाचे काही तरी पाहिजेच. आता आपणसुद्धा हेल्थ कॉन्शस झालो आहोत. आपण आपल्या खाद्यसंस्कृतीप्रमाणे ग्लास आणि बोलमधल्या पदार्थांत नक्कीच विविधता आणू शकू.

आपल्याकडचे पोहे, उपमा, खिचडी, भेळ हे पदार्थ तर बोलमध्ये खाण्यास अगदी योग्य आहेत. त्याच्या जोडीला कोल्ड कॉफी, फालूदा, फ्रूट ज्यूस, असे देता येईल. आपण वाईनऐवजी एखादे मॉकटेल बनवू शकू. वेगवेगळी सूप्स व त्याबरोबर सॅलड करता येतील. आईस टी, किंवा सॉफ्ट ड्रिंकबरोबर भाज्यांचे कटलेट, कचोरी, असे पदार्थ करता येतील. इडली किंवा वडा सांबार व त्याबरोबर फिल्टर कॉफी म्हणजे तर ग्लास अँड बोल पार्टीसाठी अगदी मस्त मेन्यू.

□

कोरियातल्या गंमतीजमती

“अशीच कायम लक्षात राहणारी आणखी एक परदेशी मैत्रीण म्हणजे जिन लिन हान ही कोरियन मुलगी. ती मला कोणत्या प्रवासात नाही, तर पुण्यातच भेटली. पुण्याला बरीच परदेशी मुले मराठी व संस्कृतचा अभ्यास करण्यासाठी येतात. काही वेळा ती एखाद्या कुटुंबात राहतात, तर काही वेळेला एखाद्या फ्लॅटमध्ये स्वतंत्रपणे राहतात. ह्या मुलांना भाषेप्रमाणेच भारतीय संस्कृतीची ओळख व्हावी, अशी त्यांच्या शिक्षकांची इच्छा असते. जिन लिन अशीच तीन महिने मराठी शिकायला पुण्यात आली होती. ती ज्या सस्थेत शिकत होती, तिथे माझी एक मैत्रीण काम करत असे. जिन लिनला आमच्या घराशेजारी फ्लॅट मिळाला आहे, हे जेव्हा तिला कळले, तेव्हा तिने आमची तिच्याशी ओळख करून दिली.

अतिशय उत्साही आणि बोलघेवड्या जिन लिनची आम्हा सर्वांशी छान दोस्ती झाली होती. ती एक-दोन दिवसांनी घरी जेवायला येत असे व त्या वेळी तिच्या कुटुंबातील लोकांबद्दल भरभरून बोलत असे. तिच्याकडून मला कोरियातल्या खूप गंमतीजमती ऐकायला मिळाल्या. तसेच कोरियन खाद्यसंस्कृती व पदार्थ ह्याबद्दलही बऱ्याच गोष्टी कळल्या.”

अशाच एकदा गप्पा मारताना तिने आपल्या घरातील काही पद्धती व रीतीरिवाज सांगितले. त्यांचे एकत्र कुटुंब असल्याने रात्री घरातील सर्व जण एकाच वेळी जेवायला बसतात. कोरियन घरातील जेवणाची टेबले बसकी असून त्यावर बनवलेले सर्व पदार्थ मांडले जातात. टेबलाच्या भोवती बसून लोक त्याचा आस्वाद घेतात. घरातील ज्येष्ठ व्यक्तींनी चॉपस्टिक उचलली, की मगच इतरांनी आपली चॉपस्टिक उचलायची. जेवण झाल्यावरसुद्धा त्यांच्यानंतर पानावरून उठायचे, अशी बहुतेक सगळ्या घरात पद्धत असते. पारंपरिक पद्धतीनुसार पदार्थ घ्यायला हाताचा वापर अजिबात करायचा नसतो, तर ते लांब दांड्याचा चमचा किंवा चॉपस्टिकने घ्यायचे असतात. बशीत

पदार्थ टाकणे किंवा वाढून घेताना चमच्याचा व चॉपस्टिक्सचा आवाज करणे, चांगले समजत नाहीत. पदार्थांत हाड किंवा काटे आलेच, तर ते कोणालाही कळणार नाही अशा तऱ्हेने गुपचूप आपल्या नॅपकिनमध्ये लपवून ठेवायचे. जिन लिन म्हणाली, की आमच्या देशात प्रत्येकाने टेबलवरचे हे सगळे शिष्टाचार शिकणे व ते पाळणे अतिशय आवश्यक आहे.

कोरियन पदार्थांवर चिनी खाद्यसंस्कृतीचा खूप पगडा आहे, पण त्यांच्या जेवणात चिनी लोकांसारखे खूप तेल व नूडल्स नसतात. अगदी क्वचित म्हणजे खास जेवणात राईस नूडल्स बनवल्या जातात, तर तळलेले पदार्थ जवळ जवळ नसतातच. एकूणच कोरियन जेवण हे अगदी पौष्टिक व परिपूर्ण असे असते. कोरियन पदार्थ मसालेदार व तिखट असतात व त्याला तो तिखटपणा ओल्या, लाल मिरचीमुळे येतो. बहुतेक पदार्थ तिळाच्या तेलात करतात व ते करताना त्यात लसूण, आले, चिलीपेस्ट, चिली फ्लेक्स व सोयासॉस ह्याचा भरपूर वापर केलेला असतो. स्वयंपाक करताना पदार्थाची चव, त्यातले घटक ह्याबरोबर त्यातील नैसर्गिक रंग तसेच ठेवण्याकडे कल असतो. प्रत्येक पदार्थातील रंगसंगती फार महत्त्वाची असते. भाज्या घालून भात केला असेल तर बशीच्या मध्यभागी पांढरा भात व त्याच्या बाजूने केशरी गाजर, हिरवी पालेभाजी, जांभळा कोबी, असे ठेवलेले असते. तो खाताना सगळे एकत्र करून खायचे.

भात हे कोरियन लोकांचे मुख्य अन्न आहे. त्यांच्या जेवणात भाताचे निरनिराळे प्रकार असतात. जेवणातला दुसरा मुख्य पदार्थ हा चिकन, पोर्क, मासे किंवा टोफूपासून बनवलेला असतो. तो सॉस व मसाले घालून परतलेला, रोस्ट केलेला किंवा उकडलेला असतो. मुख्य पदार्थ टेबलाच्या मध्यभागी ठेवून त्याच्या बाजूला असंख्य साईड डिश म्हणजे 'बांचन' ठेवतात. बांचनमध्ये वेगवेगळ्या प्रकारांनी बनवलेल्या भाज्या असतात. त्या कधी नुसत्या परतून, कधी उकडून, कधी लोणच्याच्या स्वरूपात, तर कधी कच्च्या असतात व त्यावर सोया सॉस वा तिळाचे तेल घातलेले असते. जेवणाचे वेगवेगळे कोर्सेस नसून सर्व पदार्थ एकदम टेबलवर आणले जातात. प्रत्येकाला सूप व भातासाठी बोल असतो. सूप व मुख्य पदार्थ खूप गरम असतो, पण बरेच पदार्थ थंड असतात. ह्या लोकांच्या खाण्यात नाश्ता व दोन्ही वेळच्या जेवणात एकाच प्रकारचे पदार्थ असतात. नाश्त्यालाही सूप, भात आणि भाज्या असेच खाल्ले जाते. फक्त त्याच्या जोडीला बांचन नसते.

कोरियन जेवण म्हणजे आपल्याला सर्वप्रथम आठवते ती किमची. किमची म्हणजे खारवलेल्या व मसाला, तिखट आणि व्हिनीगरमध्ये मुरवलेल्या भाज्या. ह्यात मुख्यत: कोबी वापरतात. कोरियन लोकांना पदार्थ टिकवून ठेवायची कला पूर्वापार अवगत असल्याने त्यांच्याकडे वेगवेगळ्या भाज्या वापरून किमचीचे शंभर एक

प्रकार तरी केले जातात. मुख्य जेवणाबरोबर त्यातले चार पाच प्रकार असतातच. प्रत्येक पदार्थ मग त्या भाज्या असोत, नाहीतर चिकन असो, ते अगदी बारीक चिरलेले असते. मांसाहारी पदार्थ बराच वेळ सॉसमध्ये मुरवून ठेवतात व नंतर ते झाकण लावून मंदाग्नीवर शिजवतात. ह्यामुळे ते शिजवल्यावर अगदी मऊ व चॉपस्टिकने तोडण्यायोग्य होतात. त्यामुळेच कोरियन जेवणात सुरीचा वापर करावा लागत नाही.

जिन लिनने कोरियन फास्ट फूडचे पॅनकेक व टोस्टो हे दोन प्रकार सांगितले. तरुण पिढीत लोकप्रिय असलेले हे पदार्थ रस्त्याच्या बाजूला असलेल्या लहान लहान टपऱ्यांमध्येसुद्धा मिळतात. कोरियन जेवणात ब्रेड अजिबातच नसतो, पण तेथील लोकांना ब्रेड वापरून केलेला टोस्टो म्हणजेच कोरियन बर्गर फारच आवडतो.

''मला असाच एखादा खास कोरियन पदार्थ बनवायला शिकव'', असे म्हटल्यावर जिन लिन मनापासून हसली व म्हणाली, ''आमच्याकडे लग्नाच्या आधी मुलीला स्वयंपाक करता येत नाही. प्रत्येक घरातली स्वयंपाकाची पद्धत वेगळी असल्याने आम्ही लग्न झाल्यावर आमच्या सासूकडूनच पदार्थ करायला शिकतो. त्याचे कारण म्हणजे मुलाला आईच्या हातच्या चवीची सवय झालेली असते. आमच्याकडे स्वयंपाकातील मळणे, कालवणे, चिरणे, वाटणे ह्या सगळ्या गोष्टी हाताने करण्याकडे कल असतो. तसेच पदार्थांची मापेसुद्धा मूठभर, चिमूटभर, बोटाच्या पेराएवढा तुकडा अशी असतात. बहुतेक कोरियन पुरुष स्वयंपाकघरात जात नाहीत, पण ते घरच्या स्वयंपाकाचे खूप कौतुक करतात. त्यांचे असे म्हणणे असते, की 'कोरियन स्वयंपाकाला खरी चव येते, ती बाईच्या हाताच्या जादुची'.

□

कोरियन पॅन केक्स

साहित्य : १ कप हिरवे वाटाणे, १/२ कप तांदुळाचे पीठ, १/२ कप मोडाचे मूग, १/२ कप बारीक चिरलेला कोबी, १ कांदा बारीक कापून २ लाल मिरच्या, १ इंच आले वाटून, थोडा सोया सॉस, चवीपुरते मीठ.

कृती : वाटाणे भिजवून उकडून त्यांचे साल काढावे. नंतर त्यात तांदळाचे पीठ घालून मिश्रण बारीक वाटावे व त्याची तव्यावर धिरडी घालावी. मोडाचे मूग, कोबी, कांदा, लाल मिरची व आले, सोया सॉस व मीठ हे सगळे तिळाच्या तेलात परतून धिरड्यावर पसरावे. धिरड्याची चौकोनी घडी घालून त्यावर टूथपिक खोचावी.

कोरियन बर्गर

कोबी, कांदा, लाल मिरची, आले व हिरवी पालेभाजी बारीक चिरून फेटलेल्या अंड्यात घालावी. ह्या मिश्रणाचे तव्यावर ऑम्लेट करून त्याची ब्रेडच्या आकाराची चौकोनी घडी करावी. ब्रेडला भरपूर लोणी लावून भाजावा आणि त्यामध्ये ऑम्लेट ठेवून खावे. ह्या दोन्ही पदार्थांबरोबर किमची व तिखट सॉस असतोच.

□

२००वा ऑक्टोबर फेस्ट

" जिन लिनच्या ग्रुपमधला मराठी शिकायला आलेला लार्स नावाचा जर्मन मुलगा तिच्याबरोबर बरेच वेळा आमच्या घरी यायचा. लार्स मूळचा म्युनिकचा. त्याच्याकडून तिथे होणाऱ्या ऑक्टोबर फेस्ट ह्या जगविख्यात जर्मन बियर फेस्टिव्हलबद्दल खूप काही ऐकले. त्या वर्षी म्युनिक ऑक्टोबर फेस्ट सुरू होऊन २०० वर्षे झाल्यामुळे तो ऐतिहासिक सोहळा अगदी भव्य-दिव्य असा होणार होता. दोन दिवस मिरवणुका, उद्‌घाटन समारंभ, बव्हेरियन स्टॅच्युसमोरील सलामी आणि ओपन एअर बँड, असे पाच मुख्य कार्यक्रम त्यात होणार होते. हे सर्व ऐकल्यावर तिथे जायचे आम्ही पक्केच केले.

ऑक्टोबर फेस्टमध्ये फक्त बियर नसून त्याच्या जोडीने असंख्य खाण्याचे प्रकार असतात. असंख्य प्रकारचे सॉसेजेस, पोटॅटो सूप, प्रिट्झेल्स व लेबेकुकेन हर्टज ही तिथली खासियत. तिथे असलेल्या संगीत, खाद्यपदार्थ, मिरवणुका, मनोरंजनाचे कार्यक्रम व इतर अनेक गोष्टींतून आपल्याला बव्हेरियन परंपरा व संस्कृतीचा परिचय होतो. अशा ह्या ऑक्टोबर फेस्टचा उगम म्युनिकमधला; पण आज जगभरात अनेक ठिकाणी, अगदी आपल्या पुण्यातसुद्धा तो साजरा केला जातो. "

ऑक्टोबर फेस्टची खरी कहाणी सुरू होते बव्हेरियाच्या राजपुत्राच्या लग्नापासून. राजपुत्र लुडविक व हिल्डबर्गहाऊजेनची राजकन्या थेरेजे ह्यांचा विवाह १२ ऑक्टोबर १८१० रोजी झाला. पाच दिवस चाललेला हा विवाहसोहळा गावाबाहेरील हिरव्यागार कुरणात आयोजित केला होता. त्या जागेला थेरेजेच्या बहुमानासाठी थेरेजियनवीज म्हणजे 'थेरेसेचे कुरण' असे नाव दिले गेले. लग्नासाठी सर्व म्युनिकवासीयांना आमंत्रित करण्यात आले होते. त्यात बियर, खास प्रकारचे भोजन, घोड्यांची शर्यत व करमणुकीच्या कार्यक्रमांची रेलचेल होती. हा सोहळा लोकांच्या पसंतीस उतरल्याने त्याच धर्तीवरचा सोहळा दर वर्षी साजरा करावा, असे ठरले व इथेच ऑक्टोबरफेस्टचा जन्म झाला.

बव्हेरियन संस्कृतीचा अविभाज्य घटक बनलेल्या ऑक्टोबर फेस्टची सुरुवात १५ सप्टेंबरनंतर येणाऱ्या शनिवारी आणि शेवट ऑक्टोबरच्या पहिल्या रविवारी असतो. २००व्या ऑक्टोबर फेस्टचे वेगळेपण म्हणून तो नेहमीपेक्षा एक दिवस जास्त ठेवला गेला व शेवटच्या दिवशी सहा लाख लोकांच्या उपस्थितीत अपूर्व अशा सोहळ्याची सांगता झाली. ऑक्टोबर फेस्ट सप्टेंबरमध्ये कसा, असा प्रश्न आपल्याला पडतो. सप्टेंबरच्या शेवटी व ऑक्टोबरच्या सुरुवातीला म्युनिकमधली हवा आल्हाददायक असते. थंडीची नुकतीच सुरुवात झालेली असते. अशा मस्त हवेत लोक बियर फेस्टीव्हलमध्ये भाग घेऊन तिथे मनसोक्त हिंडू शकतील, हा त्यामागचा उद्देश.

ह्या सोहळ्याच्या आधी दोन दिवस आम्ही म्युनिकला पोचलो. सगळे म्युनिक ऑक्टोबर फेस्टमय होऊन गेले होते. सगळीकडे चैतन्यमय व उत्साही वातावरण होते. लोक त्यांच्या खास बव्हेरियन कपड्यांत म्हणजे स्त्रिया डिअंडल व पुरुष लीडरहोजेन घालून फिरताना दिसत होते. डिअंडल म्हणजे रंगीबेरंगी स्कर्ट आणि खोल गळ्याचा पांढरा ब्लाऊज. त्यावर जाकीट व स्कर्टच्या घोळावर ॲप्रन बांधलेली. हा सगळा पोषाख लेस व भरतकामाने नटवलेला असतो. लेदरचे जाकिट, गुडघ्यापर्यंत पँट व डोक्यावर पीस लावलेली फेल्टची हॅट म्हणजे लीडरहोजेन.

पहिले दोन दिवस असलेल्या मिरवणुका म्हणजे ऑक्टोबर फेस्टचे मुख्य आकर्षण होते. म्युनिकच्या सिटी सेंटरपासून थेरेजियनवीजपर्यंत रस्त्यांवर अनेक ठिकाणी लोकांना मिरवणूक बघण्यासाठी तात्पुरते स्टॅण्ड बांधले होते व त्याची तिकिटे कित्येक महिने आधीच संपली होती. हजारो लोकांनी रस्त्याच्या दुतर्फा गर्दी केली होती. तीन चार

बिअर केग्ज

तास उभे राहायचे असल्यामुळे काही जण स्वत:च्या खुर्च्याही घेऊन आले होते. सर्व प्रेक्षकांचा उत्साह अगदी बघण्याजोगा होता.

त्या वर्षी म्युनिकमधल्या सहा मुख्य ब्रुअरीजना आपल्या बियरचे तंबू उभारण्याचा परवाना मिळाला होता. त्या म्हणजे स्पाटन, ऑगस्टाइन, हॉफब्राऊ, लोवेनब्राऊ, हॅकर आणि शोर. ऑक्टोबर फेस्टसाठी ह्या ब्रुअरीजमध्ये खास बियर बनवली जाते. ही बियर नेहमीपेक्षा जास्त कडक व डार्क असते. तयार झालेली बियर फेस्टच्या आधी तीस दिवस केगमध्ये भरून ठेवतात. उद्‌घाटनाच्या दिवशी हे सगळे केग्ज फुलांनी सजवलेल्या गाडीवर रचून ऑक्टोबर फेस्टच्या जागेवर वाजत गाजत नेण्यात येतात. केग्ज रचून ठेवलेल्या गाड्या इतक्या वजनदार होतात, की त्या ओढायला सहा सहा धष्ट-पुष्ट घोडे लागतात. प्रत्येक ब्रुअरीजच्या अशा दोन-तीन गाड्या, बियरहॉलचे मालक, ऑक्टोबर फेस्टचा बँड, फुलांनी सजवलेले रथ ह्यांचा पहिल्या दिवशीच्या मिरवणुकीत सहभाग होतो. थेरेजियनवीजला पोहचल्यावर हे सगळे बियरचे केग आपापल्या तंबूमध्ये उतरवले जातात.

तिथे उभारलेल्या २४ तंबूंपैकी दहा हजार लोकांची आसनव्यवस्था असलेल्या सर्वांत मोठ्या शॉटनहामेल तंबूमध्ये ऑक्टोबर फेस्टचा उद्‌घाटन समारंभ आयोजित केला होता. अगदी वेगळ्या पण पारंपरिक पद्धतीने होणारा हा समारंभ बघण्यासाठी लोकांनी कित्येक दिवस आधीपासून इथल्या टेबलांचे आरक्षण केले होते. म्युनिकचे मेयर ख्रिस्तिन उदे हे एका रथातून शॉटनहामेल तंबूपर्यंत आले व लोकांचे अभिवादन स्वीकारत व्यासपीठावर गेले. १९५० सालापासून चालू असलेल्या उद्‌घाटनाच्या परंपरेनुसार बरोबर १२ वाजता मोठ्या दिमाखात त्यांनी लाकडी हातोडीने पहिला बियर केग फोडला व 'ओत्झाप्ट' म्हणजे बियर ओतली आहे, असे सांगितले. मेयरनी ऑक्टोबर फेस्ट सुरू झाल्याचे जाहीर केल्यावर बाहेर सज्ज असलेल्या रायफलमेन गटांनी बंदुकीच्या बारा फैरी झाडून बव्हेरियन पुतळ्याला सलामी दिली. टाळ्यांच्या कडकडाटात व मोठ्या जल्लोशात २००वा ऑक्टोबर फेस्ट अधिकृतरीत्या सुरू झाला. त्यानंतर इतर तंबूंमधले बियर केग फोडले गेले व लोकांनी हातातले बियर ग्लासेस उंचावून एकमेकांना 'अभिवादन' करून २००व्या ऑक्टोबर फेस्टची सुरुवात केली.

ऑक्टोबर फेस्टमधली महत्त्वाची मिरवणूक दुसऱ्या दिवशी होती. ती खूपच मोठी असून त्यात सात हजार लोकांनी भाग घेतला होता. मिरवणुकीमध्ये म्युनिकचे मेयर, त्यांची पत्नी व कुटुंबातील ज्येष्ठ व्यक्ती बसले, फुलांनी सजवलेले रथ व त्या पाठोपाठ ब्रुअरीजचे रथ, वेगवेगळे बव्हेरियन पोषाख घातलेले स्त्री-पुरुष, ब्रास बँड, बारा बलूतेदार, ऐतिहासिक गणवेश घातलेले लोक, जुने रथ व नवीन गाड्या येत होत्या.

ह्यात बव्हेरियातील वेगवेगळ्या भागांतील कपडे व दागिने घातलेल्या स्त्रीपुरुषांचे गट होते. ही मिरवणूक म्हणजे बव्हेरियन संस्कृतीचे रंगीबेरंगी प्रदर्शनच होते. जातिवंत घोडे व गायी ह्यांचाही मिरवणुकीत सहभाग होता. घोड्यांच्या शेपट्यांच्या व पाठीवरील केसांच्या वेण्या घातल्या होत्या. त्यांना रिबिनी व फुलांनी सजवले होते. त्यांच्या अंगावर दागिनेदेखील होते. ही पाच किलोमीटर लांब मिरवणूक बघताना तीन तास कसे गेले, ह्याचा पत्ताच लागला नाही.

असाच एक खूप मोठा कार्यक्रम म्हणजे बव्हेरियन पुतळ्याच्या पायऱ्यांवर होणारा ओपन एयर बँड. ऑक्टोबर फेस्ट सुरू झाला की दुसऱ्या रविवारी होणाऱ्या ह्या कार्यक्रमात सुमारे चारशे ते पाचशे गायक व वादक सहभागी होतात. इथे बियर इतकेच महत्त्व गाण्याला व बँडला आहे. त्यामुळे अनेक लोकप्रिय गायक व वादक तिथे आपली कला पेश करतात. ते ऐकण्यासाठी पुतळ्यासमोरील जागेत जवळपास लाखभर लोक बसू शकतील, अशी सोय केलेली असते.

थेरेजियनवीजवर मोठ्या तंबूंच्या जोडीने अगणित लहान तंबू होते. शिवाय सोव्हिनियर, बियरमग्ज, विविध प्रकारच्या खाण्याचे, असे किती स्टॉल्स होते त्याचे तर मोजमापच नाही. ह्यातला एकेक तंबू म्हणजे प्रचंड असे रेस्टॉरंट असते. त्यात हजारो लोकांची बसायची व्यवस्था, खाण्याचे व बियरचे स्टॉल्स गाण्याबजावण्याच्या कार्यक्रमासाठी स्टेज, नाचण्यासाठी त्यासमोर मोकळी जागा, असे सगळे असते. प्रत्येक तंबूची एक खासियत असते व त्याप्रमाणे लोक तिथे जातात. जसजशी संध्याकाळ होते तसा संगीताचा आवाज वाढू लागतो व पारंपरिक संगीतावर नृत्य सुरू होते.

तंबूच्या बाहेर जी जागा असते, त्याला बियर गार्डन म्हणतात. ह्या बियर गार्डनमधली व तंबूतील प्रत्येक टेबल भरलेले होते. आमच्यासारख्या आयत्या वेळी गेलेल्या लोकांना बसायला तिथे जागाच नव्हती. ती मिळण्यासाठी दोन चार तास तरी थांबावे लागले असते. प्रत्येक तंबूमध्ये बियरचे वेगवेगळे प्रकार मिळत होते. तिथले वेटर व वेट्रेसेस पारंपरिक बव्हेरियन कपड्यांत असतात. तुम्हाला किती बियर हवी त्याचा फक्त आकडा सांगायचा, की ते एका वेळी सहा ते आठ मग्ज हातात घेऊन येतात. हे बियरमग्ज एक लीटर बियर मावेल एवढे मोठे असून चांगले वजनदार असतात. असे सहा-सहा मग्ज त्या मुली एकावेळी कशा काय उचलतात, त्याचे आश्चर्य वाटते. ह्या मग्जना मास म्हणतात. मासमधल्या एक लीटर बियरला साधारणपणे ७ ते ८ युरोज द्यावे लागत होते.

प्रिट्झेल्स म्हणजे ब्रेडची रिंग व लेबकुकेन हर्टज म्हणजे हार्टच्या आकाराची बिस्किटे, हा इथला खास प्रकार. रंगीत रिबिनीने बांधलेल्या ह्या बिस्किटांवर निरनिराळे संदेश लिहिलेले असतात. तुम्ही आपल्या भावना आवडत्या माणसांपर्यंत पोहचवण्यासाठी ते गिफ्ट म्हणून देऊ शकता. बटाट्याचे सूप आणि भोपळ्याच्या बिया लावलेल्या ब्रेड स्टिक्स, कोळशावर भाजलेले चिकन आणि टर्की, सॉसेजेसचे असंख्य प्रकार, बटाट्याची डम्पलिंग्ज व त्याबरोबर लाल कोबीचे सॅलड, ॲपलस्ट्रूडल, पॅनकेक्स आणि त्यावर विविध प्रकारचे सॉसेस आणि अशा कित्येक चविष्ट पदार्थांची नुसती रेलचेल होती. काय खावे आणि काय नाही, असा प्रश्न पडावा. हॉफब्राऊ नावाच्या तंबूमध्ये ह्या वर्षी ५ लाख ५० हजार लीटर बियर, ७० हजार चिकन्स, दीड लाख सॉसेजेस, ५ हजार टर्कीज, ५० हजार ॲपलस्ट्रूडल व आइस्क्रीम अशी विक्री झाली. ह्यावरून एकेका तंबूच्या भव्यतेची कल्पना येईल.

ऑक्टोबर फेस्टमध्ये लहान मुलांसाठीसुद्धा करमणुकीचे भरपूर कार्यक्रम असतात. दोन दिवस तर खास कुटुंबासाठीचे दिवस म्हणून राखून ठेवलेले असतात. अनेक प्रकारच्या राइडस, जादूचे प्रयोग, लहान मुलांची नाटके व खूप सारे खेळ. ह्यावर मुले अगदी खूश. म्युनिकला जायचे ठरल्यावर ऑक्टोबर फेस्टबद्दल खूप माहिती काढली, त्यामुळे सगळ्या गोष्टींचा मनमुराद आनंद लुटता आला. असा खास सोहळा परत कधी बघायला मिळणार नसल्याने त्यातला एकही कार्यक्रम चुकवला नाही. हा २००वा ऑक्टोबर फेस्ट होताच तसा खास.

□

बटाट्याचे सूप

साहित्य : २ मोठे बटाटे, १ कांदा, १ चमचा लोणी, २ कप भाज्यांचा स्टॉक, मीठ व मिरपूड.

कृती : कांदा व बटाट्याच्या फोडी लोण्यावर परतून स्टॉकमध्ये शिजवायच्या. थोडे पाणी घालून मिश्रण बारीक वाटायचे व चवीला मीठ मिरपूड घालून गरम करायचे.

असे सूप स्टॉलवर तयारच असते. आपल्याला हवे त्याप्रमाणे त्यात सॉसेजेसच्या चकत्या, चिकनचे तुकडे, उकडलेल्या भाज्या, क्रीम, तळलेले बटाटे असे घालून घ्यायचे. एका बोलमध्ये असे वेगळ्याच पद्धतीचे आणि चवीचे बटाट्याचे सूप आणि त्याबरोबर प्रिट्झेल फारच छान होते.

□

कॉफी संस्कृती

देशोदेशीच्या खाद्यसंस्कृतीत डोकावताना असे लक्षात आले, की कित्येक देशांमध्ये त्यांची स्वतःची अशी कॉफी संस्कृतीदेखील आहे. जसा 'देश, तसा वेष' असे म्हणतात, त्याप्रमाणे 'जसा देश, तशी कॉफी' असेही असते. प्रत्येक देशातल्या कॉफीला वेगळे नाव, ती करण्याची पद्धत वेगळी आणि तिची चवही वेगळी.

जिथे कॉफीचा उगम झाला, त्या इथिओपियामध्ये कॉफीला अनन्यसाधारण महत्त्व आहे. तिथे ती अगदी समारंभपूर्वक तयार केली जाते व समारंभपूर्वक प्यायली जाते. कॉफीच्या बिया भाजण्यापासून दळण्यापर्यंत व नंतर त्यापासून कॉफी तयार करण्यापासून ती पिण्यापर्यंतच्या सर्व पद्धतींमागे त्यांच्या काही रूढी व परंपरा आहेत.

टर्कीमध्ये कॉफी हे एक नुसते पेय नसून, ती त्यांच्या सस्कृंतीचा भाग आहे. ह्या देशाला कॉफीचा इतिहास आहे. तसेच ती कशी बनवायची, कशी प्यायची, केव्हा प्यायची, ह्याचेदेखील संकेत आहेत. तिथे कॉफी हाऊसमध्ये जायचा व कॉफीवरून भविष्य सांगायचा प्रघात आहे. कॉफीसारख्या गोष्टीला एवढे महत्त्व आहे, हे ऐकून आश्चर्य वाटते; पण त्या देशात कॉफी म्हणजे तशीच एक खास चीज आहे.

कॉफीचा मंद सुवास, क्वचित कोड्यात पाडणारा पण अपूर्व असा स्वाद, सगळे वातावरण धुंद करून टाकतो. अशा वातावरणात गरम कॉफीचे दोन घुटके घेतले, तरी त्याची उब जाणवते व तिची सोबत हवीहवीशी वाटते. सुस्तावलेल्या मनाला तरतरी येऊन, उत्साही वाटायला लागते.

त्यामुळेच नवीन नवीन कॉफी हाऊस शोधून तिथे वेगवेगळ्या स्वादाची आणि चवीची कॉफी प्यायची एकही संधी सोडू नये. कॉफी हाऊसमधील रंगीबेरंगी छत्रीखाली बसून, रस्त्यावरची गर्दी बघत, तो माहोल उपभोगण्यात एक वेगळीच मजा

असते. जसे इस्तंबूलसारख्या जादुई नगरीतील कॉफी शॉपमध्ये जाऊन टर्कीश कॉफी प्यायला पाहिजे, तसे ग्रीसला गेल्यावर समुद्रकाठच्या कॅफेमध्ये बसून ग्रीक फ्रापे पिऊन बघायला पाहिजे. दक्षिण भारतात गेल्यावर स्टीलच्या एका भांड्यातून दुसऱ्या भांड्यात गरमागरम कॉफी न सांडता कशी खालीवर ओतली जाते, ते बघायला पाहिजे आणि मग त्या फिल्टर कॉफीचा आस्वादही घ्यायला पाहिजे.

कुठेही कॉफी हा शब्द दिसला, की माझे आपोआप तिकडे लक्ष जाते. त्यामुळेच पोर्तुगालमधल्या पोर्तुगीज वर्तमानपत्रातील Cafe Museo असे लिहिलेल्या एका जाहिरातीने माझे लक्ष वेधून घेतले. ती होती एका कॉफी म्युझियमची जाहिरात. मी ते म्युझियम तर बघून आलेच, पण त्या दिवशी संपूर्ण दिवस पोर्तुगीज कॉफी उत्सवातही सहभागी झाले. हेलसिंकीमध्ये अशीच एक जाहिरात वाचून 'फिनिश कुटुंबाबरोबर कॉफी व गप्पा', ह्या सहलीला जाऊन आले. जोहान्सबर्गच्या हॉटेलमध्ये इथिओपियन कॉफी समारंभ आयोजित करणार आहेत, हे वाचल्यामुळे मला इथिओपियाला न जाता त्यांच्या संस्कृतीमधला एक महत्त्वपूर्ण भाग असलेला कॉफी समारंभ बघता आला.

दुबईतील एका कॉफी हाऊसवरील रेनडियरचे चित्र बघून फिनलंडमध्ये पाहिलेले रेनडियर्स आणि तिथे प्यायलेली फिनिश कॉफी आठवली. कॉफी हाऊस नक्कीच स्कॅन्डिनेव्हियन देशातली असणार असे समजून, मी अगदी उत्साहाने आत शिरले. कॉफी घेताना रेनडियरचा आणि कॉफीचा काय संबंध असेल, हा प्रश्न माझ्या मनात आला. माझ्याआधी बऱ्याच जणांनी ही शंका विचारली असणार. कारण कॅफेच्या मॅनेजरकडे त्याचे उत्तर तयार होते.

त्याने सांगितले, की ''एक जोडपे नवीन स्वादाची कॉफी बाजारात आणण्याच्या प्रयत्नात होते व त्यासाठी ते दोघे आलास्काला गेले होते. तिथले निसर्गसौंदर्य बघत असताना त्यांना एक रेनडियरचा कळप डौलदारपणे चालताना दिसला व त्यांच्या तोंडून उत्स्फूर्तपणे 'आहा!' असे उद्गार निघाले. क्षणाचाही विचार न करता त्यांनी आपल्या कॉफीला रेनडियरचे नाव द्यायचे ठरवून टाकले. त्यांच्या कॅफेमधील कॉफी पिऊन लोकांच्या तोंडूनसुद्धा 'आहा' असेच उद्गार निघायला पाहिजेत ही त्यामागची भावना.'' ह्यातले खरे-खोटे माहीत नाही; पण ते ऐकायला तर खूपच छान वाटले.

कॉफीमुळे मिळालेले हे सगळे अनुभव माझ्यासाठी अविस्मरणीय असे होते; पण त्याचबरोबर कॉफीमुळे मला अशा अनेक कहाण्या ऐकायला मिळाल्या. बऱ्याच कॅफेमधील टेबल मॅटसवर कॉफीबद्दल माहिती लिहिलेली असते. काही ठिकाणी कॉफीवरील पुस्तकेदेखील ठेवलेली असतात, त्यातून मला खूप माहिती वाचायला मिळाली.

ह्या सर्वांतून असे जाणवले, की फार थोड्या जणांना ह्या पेयाची खरी ओळख

झालेली असते. दूध आणि पाणी एकत्र करून त्यात कॉफी पावडर व साखर घालून उकळले, की 'झाली कॉफी तयार', असे जर कोणाचे म्हणणे असेल, तर ते साफ चुकीचे आहे. कॉफी तयार करण्याच्या खूप वेगवेगळ्या पद्धती आहेत. तसे बघितले तर उत्तम कॉफी करणे, काही फारसे अवघड नाही. फक्त त्यासाठी काही गोष्टी पाळाव्या लागतात, तर काही गोष्टी टाळाव्या लागतात.

कॉफीच्या बिया ज्या भागातून आणल्या गेल्या आहेत तिथले हवामान, त्या भाजण्याची पद्धत व त्यात मिसळलेले चिकोरीसारखे इतर पदार्थ ह्यावरून कॉफीची चव ठरते. त्यामुळेच आपल्या आवडीप्रमाणे योग्य कॉफी पावडरची निवड करणे फार महत्त्वाचे आहे. कॉफीच्या बिया दळून आणायच्या असतील, तर त्या थोड्या थोड्याच आणाव्यात. कारण आठवड्याभराने तिचा वास कमी होतो. पावसाच्या दिवसांत कॉफी पावडरला बुरशी येण्याची किंवा इंस्टंट कॉफी घट्ट होण्याची शक्यता असते. यासाठी कॉफी नेहमीच घट्ट झाकणाच्या बरणीत भरून फ्रीजमध्ये ठेवणे उत्तम. कॉफीच्या बाबतीत सर्वांत महत्त्वाची गोष्ट म्हणजे ती उष्णता, आर्द्रता आणि उजेड यांपासून दूर ठेवावी लागते. दळून आणलेली ताजी कॉफी पावडर पाण्यात घालून खूप वेळ उकळावी, म्हणजे त्याचा अर्क व स्वाद त्या पाण्यात उतरतो; पण इंस्टंट कॉफी मात्र कधीही उकळू नये.

अशा काही गोष्टी लक्षात ठेवल्या आणि कॉफीची कहाणी जाणून घेतली, तर आपण बनवलेल्या उत्कृष्ट चवीच्या कॉफीची लज्जत आणखीच वाढेल.

□

कॉफीची कहाणी

कॉफीची आवड असणारे आणि आवडीने कॉफी पिणारे खूप लोक आहेत, पण त्या पेयाला कॉफी हे नाव का मिळाले? त्याचा उगम कुठला? कॉफी पावडर कशापासून तयार करतात? ह्या गोष्टींबद्दल त्यांना फारशी माहिती नसते. मुळात ह्या झाडाचा शोध कसा लागला, हा प्रश्न मनात येतो; पण त्याबद्दलची एक गमतीदार गोष्ट सांगण्यात येते. कालदी नावाच्या मेंढपाळाला त्याच्या मेंढ्या जंगलातील एका झाडाची लालचुटुक फळे खाताना दिसल्या. ती खाल्ल्यावर मेंढ्या नेहमीपेक्षा जास्तच बागडायला आणि उड्या मारायला लागल्या, हे त्याच्या लक्षात आले. त्याबद्दल कुतूहल वाटून मेंढपाळाने स्वत: ती फळे खाऊन बघितली व त्यालासुद्धा उत्साही आणि आनंदी वाटू लागले. मेंढपाळाने ही कहाणी गावातील लोकांना सांगितली. बऱ्याच जणांना तो वात्रटपणा वाटला, पण त्यातल्या काहींनी त्यावर विश्वास ठेवला. ह्या फळांत उत्साहवर्धक गुण आहेत, ह्याची त्यांनाही प्रचिती आली. हीच ती कॉफीची झाडे व त्यावरील फळे. आपण वापरत असलेली कॉफी म्हणजे ह्याच झाडाला लागणाऱ्या फळांमधल्या बियांची भुकटी असते.

फार पूर्वी संन्यासी (monks) व सूफी लोक त्यांच्या दिवस रात्र चालणाऱ्या प्रार्थनेसाठी जागे राहता यावे, म्हणून कॉफीची फळे खात असत, असे वाचनात आले. पण ह्या झाल्या सगळ्या ऐकीव कथा. वनस्पतिशास्त्रात मिळालेल्या पुराव्यानुसार कॉफीचा उगम हा आफ्रिका खंडातील इथिओपिया ह्या देशातला. कॉफीची जन्मभूमी समजल्या जाणाऱ्या इथिओपियातल्या काफा भागात सर्वप्रथम ही झाडे सापडली व त्यावरून त्याला कॉफी हे नाव पडले, असे मानले जाते.

काफा भागात कॉफीची झाडे नैसर्गिकरित्याच आलेली होती; पण ह्या झाडांची लागवड सर्वप्रथम येमेनमध्ये केली गेली. तिथून प्रवासी व व्यापारी लोकांमार्फत कॉफीच्या बिया मक्का, टर्की, इजिप्त अशा ठिकाणी पोहचल्या व तिथे त्यांची मोठ्या प्रमाणावर लागवड झाली. कॉफीच्या बिया उकळून त्यापासून गरम पेय बनवण्याचे श्रेय अरब लोकांनाच दिले जाते. अशा तऱ्हेने तयार झालेल्या पेयाला म्हणजेच कॉफीला

कॉफीची फळं

अरबी भाषेत 'काहवा' असे म्हणतात.

अरब लोकांनी आपली काहवा व कॉफीच्या झाडाविषयीची माहिती अनेक वर्षे गुप्त ठेवली होती, पण कालांतराने ही झाडे व त्याबद्दची माहिती अनेक मार्गांनी बाहेर गेली. साधारणपणे १७व्या शतकात कॉफी युरोपमध्ये पोहचली. त्या सुमारास इटलीचा उत्तर आफ्रिकी देशांशी व्यापार चालत असे. एक व्हेनिशियन व्यापारी त्यानिमित्ताने इजिप्तमध्ये आला असताना त्याने तिथे कॉफी पिऊन बघितली व त्याला ती खूपच आवडली. व्यापाराच्या दृष्टिकोनातून कॉफी अतिशय फायदेशीर ठरेल, असे त्याच्या चाणाक्ष मनाने हेरले. त्यामुळे व्हेनिसला परत जाताना त्याने आपल्याबरोबर खूप सारी कॉफी नेली. व्हेनिसहून ती हां हां म्हणता युरोपमधील इतर देशांत पसरली. तिथे ती अरेबियन वाईन म्हणून ओळखली जाऊ लागली.

ब्राझील, अमेरिका, इंग्लंड अशा देशांत कॉफी कशी पोहचली, ह्याबद्दलसुद्धा निरनिराळ्या कहाण्या सांगितल्या जातात. यातला खरेखोटेपणा माहीत नाही, पण अरब जगतातून युरोपमध्ये व तिथून इतर देशात कॉफीचा प्रसार झाला व अल्पावधीतच हे पेय सर्वत्र अतिशय लोकप्रिय झाले, हे मात्र खरे.

□

एक कप कॉफी

सर्व देशातील सर्व वयाच्या लोकांना कॉफी आवडते. काही जणांना कॉफीची चव, वास, स्वाद मनापासून आवडतो म्हणून ते कॉफी पितात; तर काहींच्या लेखी फक्त सकाळी उठल्यावर प्यायचे एक पेय, एवढीच त्याची व्याख्या असते. आज जगभरात दररोज लाखो कप कॉफी प्यायली जाते. ह्यावरून एक पेय म्हणून कॉफीने किती लोकप्रियता मिळवली आहे, हे लक्षात येते. पण त्याही पलीकडे जाऊन बघितले, तर कॉफीने सामाजिक देखाव्यावरसुद्धा आपला वेगळा असा ठसा उमटवला आहे, असे दिसून येते.

कॉफीमध्ये समाजातील लोकांना एकत्र आणण्याचा व त्यांना एकमेकांशी जोडून ठेवण्याचा गुण आहे. जेव्हा खूप वर्षांनी आपल्या ओळखीची व्यक्ती अचानक रस्त्यात भेटते, तेव्हा आपण चटकन म्हणतो, ''चल कॉफी प्यायला जाऊ''. मग त्या कॉफीच्या सोबतीने जुन्या आठवणी ताज्या होऊन गप्पा रंगतात. हल्ली सकाळी फिरायला जाणारी वयस्क मंडळी तसेच विविध वयोगटांतील बायका व पुरुष ह्यांचे कॉफी ग्रुप्स, कॉफी क्लब्ज वा कॉफीचे अड्डे असतात. लोक कॉफी प्यायच्या निमित्ताने एकत्र जमतात व कॉफी घेत आपला वेळ आनंदात घालवतात. आपल्याकडे हल्ली कट्टा संस्कृती वाढते आहे, पण ती बहरते आहे ती त्याच्या जोडीला असलेल्या कॉफीमुळे.

मनुष्यप्राण्याच्या भावविश्वातही कॉफीने महत्त्वपूर्ण असे स्थान मिळवले आहे. प्रतिभावंतांना, लेखकांना, चित्रकारांना व कवींना स्फूर्ती देण्याची किमया कॉफीमध्ये आहे. आनंदाच्या व दु:खाच्या क्षणी तर तिची सोबत नक्कीच हवीहवीशी वाटते. 'थोडी कॉफी घे, म्हणजे बरं वाटेल' हे अगदी नेहमीच्या पठडीतले वाक्य आहे.

चहा, फ्रूटज्यूस वा इतर पेयांसाठी टी हाऊसेस, ज्यूसबार अशा खास जागा असतात; पण त्यांना कॉफी हाऊसची सर नाही. वेगवेगळ्या कॉफी हाऊसना भेट देणे हा एक सामाजिक प्रतिष्ठेचा भाग झाला आहे. कॉलेजेसच्या आसपास पाच-पन्नास फुटांवर कॉफी हाऊसेस असतात व ती कायम गजबजलेली दिसतात. तिथे तरुण वर्ग तर

बहुसंख्येने असतोच, पण इतर वयोगटांतील लोकही दिसतात. आपल्याकडे फार पूर्वीपासून गाण्याच्या कार्यक्रमाला अथवा संगीत नाटकाच्या वेळी जायफळ, वेलदोडा घातलेली 'संगीत कॉफी' द्यायची पद्धत आहे. हल्ली नाट्यगृहांत व सिनेमागृहांतदेखील निरनिराळ्या प्रकारच्या कॉफीचे स्टॉल्स असतात व मध्यंतरात तिथे कॉफी घेणाऱ्यांची केवढी गर्दी दिसते.

कॉफी पिणाऱ्या प्रत्येकाने आपल्या कॉफीची चव ठरवलेली असते. तो आपल्या पेयाशी एकनिष्ठ असतो. तो सहसा चहा पिण्याच्या भानगडीत पडत नाही, पण चहा पिणारा माणूस क्वचित कधी तरी कॉफी पितो.

□

फिनिश कुटुंबाबरोबर कॉफीपान व गप्पा

असे म्हणतात, की जगात सर्वात जास्त कॉफी कोण पीत असेल, तर ते फिन्स. त्यांना कॉफी खूपच आवडते. माझाही कॉफी म्हणजे वीक पॉइंट त्यामुळे हेलसिंकीच्या वर्तमानपत्रात 'फिनिश कुटुंबाबरोबर कॉफीपान व गप्पा' अशी अगदी आगळ्यावेगळ्या सहलीची जाहिरात दिसल्यावर, मी लगेचच तिथे फोन करून सहलीसाठी माझे नाव दिले.

फोनवर ठरल्याप्रमाणे दुपारी सिनेट स्क्वेअरमध्ये गेले, तर तिथे माझ्याचसारखे आणखी दोन-चार जण आले होते. तिथे आम्हाला आमची होस्टेस भेटली व पायी पायी तिच्या घरी घेऊन गेली. वाटेत तिने आम्हाला फिनलंडबद्दलची खूप माहिती सांगितली.

यजमानीणबाईंच्या घरी एका गोल टेबलावर कॉफीचा सरंजाम मांडला होता. टेबलवर लाल चौकड्यांचा टेबलक्लॉथ घालून मध्यभागी लहानशी पुष्परचना केली होती. नाजूक भरतकाम केलल्या टेबलमॅट्सवर नॅपकिन्स व फिक्या गुलाबी रंगाचे कॉफीकप ठेवले होते. आम्ही सगळे जण बसल्यावर मोठी किटली भरून वाफाळती कॉफी व दोन प्रकारच्या केक्स आल्या. त्यानंतर क्रीम रोल्स, चिकन पफ, डोनट्स, सिनॅमन बन्स, असे अनेक पदार्थ येत होते. त्याचा आस्वाद घेत घेत गप्पा सुरू होत्या. यजमानीणबाई सांगत होत्या, की ''फिनलंडमध्ये कॉफीबरोबर 'पुला' देण्याची पद्धत आहे. फिनिश रितीरिवाजानुसार खरी होस्टेस आपल्या पाहुण्यांसाठी पुलाचे असे कमीत कमी सात प्रकार तरी करतेच.'' पुला म्हणजे गव्हाच्या पिठापासून बनवलेले ब्रेडचे वेगवगळे प्रकार. अंडी, यीस्ट, साखर व दूध

पुलाचे वेगवेगळे प्रकार

घालून कणीक भिजवतात व नंतर त्यापासून अनेक प्रकारचे पदार्थ बनवले जातात. त्यात दालचिनी, जायफळ, असे मसाले तर सुका मेवा, ताजी फळे व जॅम हे पदार्थ वापरले जातात. चिकन वा फिश घालून बनवलेले रोल्स व पफ, हे अगदी लोकप्रिय पदार्थ आहेत.

फिनलंडमधील कॅफेमध्ये किंवा अगदी लहानशा दुकानातसुद्धा कॉफी ऑर्डर केली, की त्याबरोबर पुलाचे एक दोन प्रकार येतातच. मस्त चवीची कडक कॉफी आणि ओव्हन फ्रेश पुला खावेत तर फिनलंडमध्येच.

□

पाऊस आणि कॉफी

कॉफी या एकाच शब्दाशी किती गोष्टी जोडलेल्या आहेत. कॉलेजचे दिवस आणि कॉफी, रंगलेल्या गप्पा आणि कॉफी, गाण्याची मैफील आणि कॉफी. असेच एक अतूट नाते पाऊस आणि कॉफी! पावसाच्या मस्त हवेत गरमागरम वाफाळलेली कॉफी... अहाहा!

पावसाचे आणि कॉफीचे एक वेगळेच नाते आहे. धुक्यात हरवलेल्या वाटेवरून भटकल्यावर, पावसात मनसोक्त भिजून झाल्यावर, पावसाचा आवाज ऐकत ऐकत वाफाळलेल्या कॉफीचे घुटके घेणे म्हणजे स्वर्गसुखच आहे. ढगांनी झाकोळलेले वातावरण व त्यातला सुखद गारवा अनुभवताना नेहमीची गरमागरम कॉफी तर छान लागतेच; पण जोडीला वेगवेगळ्या प्रकारच्या कॉफीचा आस्वाद घेता आला, तर तो पाऊस नक्कीच अजून यादगार बनेल.

प्रत्येक गावात आणि प्रत्येक देशात वेगळ्या प्रकाराने केलेली आणि नवीन चवीची कॉफी सर्व्ह केली जाते. त्या कॉफीला नावेही छान छान दिलेली असतात. आपणही जरा वेगळ्या चवीची कॉफी पिऊन बघायला काय हरकत आहे. साधी महाबळेश्वरची गोष्ट बघा. वेण्णा लेक शेजारच्या एका टपरीत पावसात भिजून झाल्यावर आम्ही कॉफी प्यायला शिरलो. टपरीवाल्याने आम्हाला आग्रहाने 'महाबळेश्वर कॉफी' पाजली. काय विशेष होते त्या कॉफीत? ती तर नेहमीसारखीच कॉफी होती, फक्त त्यावर चमचाभर क्रीम व त्यावर स्ट्रॉबेरीचा तुकडा ठेवला होता. मला कौतुक वाटले, ते महाबळेश्वर कॉफी ह्या नावाचे व टपरीवाल्याच्या कल्पकतेचे. मला आवडलेल्या ह्या काही वेगळ्या प्रकारच्या कॉफी. मी तर त्या अनेक वेळा केल्या आहेतच, तुम्ही पण करून बघा. नक्की आवडतील.

ह्यात मी जी काळी कॉफी म्हटली आहे, ती म्हणजे एक ते दीड चमचा कॉफी पावडर व एक कप पाणी असे प्रमाण घेऊन केलेले डिकॉक्शन आहे. ह्या प्रमाणाने केलेले डिकॉक्शन फार स्ट्राँग होत नाही व ते वापरून केलेल्या कॉफीला उत्तम चव येते, हा माझा अनुभव आहे.

मोका कॉफी :

साहित्य : १ कप काळी कॉफी, पाऊण कप दूध, १ टेबल-स्पून कोको पावडर, १ टेबल-स्पून साखर व २ थेंब व्हॅनिला इसेंन्स.

कृती : कॉफी, दूध, कोको पावडर व साखर एकत्र करून गरम करा. त्यात व्हॅनिला इसेन्स घालून कपात गाळा. वरून थोडी कोको पावडर भुरभुरून सर्व्ह करा.

□

मेक्सिकन मोका कॉफी :

साहित्य : दीड कप काळी कॉफी, अर्धा कप क्रीम,१ टेबल-स्पून साखर, २ टेबल-स्पून चॉकलेट सिरप, चिमूटभर दालचिनी व जायफळ पावडर.

कृती : क्रीममध्ये थोडी साखर, दालचिनी व जायफळ पावडर घालून फेटा. एका उंच ग्लासमध्ये चॉकलेट सिरप गरम करून घाला. त्यावर उरलेली साखर व कॉफी गरम करून ओता. अलगदपणे फेटलेले क्रीम कॉफीवर घाला. अशा कॉफीबरोबर लांब दांड्याचा चमचा व एक लहानसे चॉकलेट देण्याची पद्धत आहे.

□

डॅनिश कॉफी :

साहित्य : दीड कप काळी कॉफी, २ टेबल-स्पून साखर, २ टेबल-स्पून रम, आवडीप्रमाणे दूध अथवा क्रीम.

कृती : साखर व कॉफी गरम करून ती दोन कपात ओता. ह्या कॉफीसाठी काचेच्या पारदर्शक कप वापरतात. कपात एकेक चमचा रम व क्रीम अथवा दूध घाला. ही कॉफी सर्व्ह करताना बरोबर कॉफीची बिस्किटे द्यायची पद्धत आहे.

□

कॅरॅमल कॉफी :

साहित्य : २ टी स्पून इन्स्टंट कॉफी, २ टेबल-स्पून साखर, अर्धा कप दूध, २ थेंब व्हॅनिला इसेन्स, २ टेबल-स्पून क्रीम व लागेल त्याप्रमाणे गरम पाणी.

कृती : साखरेत थोडे पाणी घालून कॅरॅमल करून घ्या. त्यात पाणी व कॉफी पावडर घालून गरम करा. गरम दूध घालून कपात ओता. क्रीममध्ये व्हॅनिला इसेन्स घालून फेटा व कॉफीवर घालून सर्व्ह करा.

आफ्रिकन मसाला कॉफी :

साहित्य : १ टेबल-स्पून कॉफी पावडर, १ लिंबाची साल किसून, २ वेलदोडे, ४ लवंगा, १ इंच दालचिनीचा तुकडा, १ टेबल-स्पून साखर, २ टी-स्पून लिंबाचा रस व ३ कप पाणी.

कृती : पाण्यात कॉफी पावडर, साखर, लिंबाची साल व मसाले घालून मंद आचेवर उकळायला ठेवावे. पाणी आटून निम्मे झाले, की कपात गाळा व त्यात लिंबाचा रस घालून ढवळा. सर्व्ह करताना लिंबाच्या चकतीने सजवा.

□

संत्र्याची कॉफी :

साहित्य : दीड कप काळी कॉफी, अर्धा कप क्रीम, १ टेबल-स्पून साखर, १ टेबल-स्पून संत्र्याची लिक्युअर- एका कपाला, १ सोललेली संत्री, २ टेबल-स्पून संत्र्याचा रस.

कृती : जाड काचेच्या ग्लासमधे सोललेली संत्री घाला. त्यावर संत्र्याची लिक्युअर घालून १० मिनिटे झाकून ठेवा. ह्यामुळे लिक्युअर संत्र्यामध्ये मुरते. कॉफी व साखर एकत्र करून अर्धा तास फ्रीझरमध्ये ठेवा. गार झालेली कॉफी संत्र्याच्या फोडींवर ओता. त्यावर अलगदपणे क्रीम घाला व त्यावर संत्र्याचा रस घालून सर्व्ह करा.

□

ब्लॅक फॉरेस्ट कॉफी :

साहित्य : दीड कप काळी कॉफी, अर्धा कप चेरीचा ज्यूस, ४ चेरीज, २ लहानशा चॉकलेटच्या वड्या, २ टी-स्पून किसलेले चॉकलेट, २ टेबल-स्पून क्रीम व २ टेबल-स्पून पिठीसाखर.

कृती : एका उंच मगमध्ये चेरीचा रस घाला. त्यात चॉकलेटची वडी व एका चेरीचे तुकडे टाका. क्रीम व अर्धी साखर फेटून ठेवा. उरलेली साखर कॉफीमध्ये घालून कॉफी गरम करा व मगमध्ये ओता. त्यावर क्रीम घाला व किसलेल्या चॉकलेट व चेरीने सजवा. ही कॉफी तयार करताना पारदर्शक काचेचा कॉफी मग घ्या. साधारणपणे पाऊण मग पाण्यात बुडेल एवढे गरम पाणी घेऊन, त्यात तो मग ठेवा व नंतर त्यात सर्व पदार्थ घाला. ह्यामुळे कॉफी गरम राहते.

□

मोरक्कन कॉफीवाला

आयरिश कॉफी

साहित्य : पावणे दोन कप काळी कॉफी, २ टेबल-स्पून साखर, २ टी-स्पून आयरिश व्हिस्की, अर्धा चमचा फेटलेले क्रीम.

कृती : २ स्टेम ग्लास आधीच गरम करून घ्या. कॉफी व साखर एकत्र करून चांगली फेटा. त्यात व्हिस्की घालून कॉफी ग्लासमध्ये ओता. वरून हलक्या हाताने फेटलेले क्रीम घाला. काळ्या कॉफीवर साधारणपणे १ सेंटीमीटर जाडीचा क्रीमचा थर दिसला पाहिजे.

□

आमंड कॉफी :

साहित्य : १ कप काळी कॉफी, पाऊण कप दूध, २ टी-स्पून साखर, २ टेबल-स्पून आमंड लिक्यूअर, ४ बदाम काप करून, व्हॅनिला आइस्क्रीम व २ टी-स्पून मध.

कृती : दूध, साखर व कॉफी एकत्र करून थंड करा. काचेच्या उंच ग्लासात ती थंड केलेली कॉफी ओता. त्यात आमंड लिक्युअर घालून ढवळा. वरती व्हॅनिला आइस्क्रीमचा स्कूप घाला. बदामाच्या कापांनी सजवा व त्यावर चमचाभर मध घालून सर्व्ह करा.

□

www.ingramcontent.com/pod-product-compliance
Lightning Source LLC
LaVergne TN
LVHW010053061026
849532LV00004BC/1288
9789384316105